பியர் பூர்தியு (1930-2002)

இருபதாம் நூற்றாண்டின் மிக முக்கியமான சமூகவியல் சிந் தனையாளர்களில் ஒருவராகக் கருதப்படும் பியர் பூர்தியு, எமில் துர்கேம், மாக்ஸ் வெபெர் ஆகியோரின் வரிசையில் வைத்து மதிக் கப்படுகிறார். இவருடைய நூல்கள் உலகின் 22 மொழிகளில் மொழி பெயர்க்கப்பட்டிருக்கின்றன என்பதைவிட, குறைந்த எண்ணிக்கை மக்கள் பேசும் காடலானிய, துருக்கிய, எஸ்தோனிய, நார்வீஜிய, ருமேனிய மொழிகள் போன்றவற்றில் மொழிபெயர்க்கப்பட்டுள் ளன என்பது இவருடைய சிந்தனையின் தாக்கத்தைக் காட்டும். சிந்தனையாளர்களின் பணி மக்களைச் சென்றடைய வேண்டும் என் பதில் இவர் ஆழ்ந்த அக்கறை கொண்டிருந்தார்.

வெ. ஸ்ரீராம் பிரெஞ்சு மொழியிலிருந்து தமிழில் பல முக்கியமான நூல்களை மொழிபெயர்த்திருக்கிறார்; *அந்நியன் (1980, ஆல்பெர் காம்யு), குட்டி இளவரசன் (1981, அந்த்வான் து செந்த்-எக்சுபெரி), மீள முடியுமா (1986, ழான்-போல் சார்த்ர்)*, சொற்கள் *(2000, ழாக் ப்ரெவெர்)*, க்னோக் அல்லது மருத்துவத்தின் வெற்றி *(2000, ழூல் ரோமென்)*, சின்னச் சின்ன வாக்கியங்கள் *(2010, பியரெத் ஃப்லுசியோ)*, முதல் மனிதன் *(2013, ஆல்பெர் காம்யு)*, காற்று, மணல், நட்சத்திரங்கள்... *(2017, அந்த்வான் து செந்த்-எக்சுபெரி)*. ஆங்கிலத்திலிருந்து ஃபாரென்ஹீட் 451 *(2014, ரே பிராட்பரி)* என்ற நாவலையும் மொழிபெயர்த்திருக்கிறார். இவருடைய மற்றொரு புத்தகம் புதிய அலை இயக்குநர்கள் *(2014)*. பிரெஞ்சுக் கலை, பண்பாட்டுக்கு இவர் ஆற்றிய சேவையைப் பாராட்டி பிரெஞ்சு அரசு இவருக்கு 2002ஆம் ஆண்டு ஷெவாலியெ (Chevalier, Ordre des Arts et des Lettres) விருதும் அளித்து இவரைச் சிறப்பித்தது.

டி.கே. கோபாலன் பிரெஞ்சு மொழியிலிருந்து புள்ளியியல் குறித்த உயர் ஆய்வுப் புத்தகங்களையும், இந்தியவியல் குறித்த புத்தகங்களையும் ஆங்கிலத்தில் மொழிபெயர்த்திருக்கிறார். மிக முக்கியமான பிரெஞ்சு அகராதியியலாளர் எமில் லித்ரேயின் How I Made My Dictionary என்ற புத்தகத்தை ஆங்கிலத்தில் மொழிபெயர்த்திருக்கிறார். *(க்ரியா, 1998)*.

பாரிஸ் VI பல்கலைக்கழகத்தில் புள்ளியியலில் டாக்டர் பட்டம் பெற்றிருக்கும் கோபாலன், இந்திய அயல்நாட்டுப் பணியிலிருந்து விருப்ப ஓய்வு பெற்று மொழிபெயர்ப்பு, புள்ளியியல் ஆய்வுப் பணிகளில் ஈடுபட்டிருக்கிறார்.

எஸ். ராமகிருஷ்ணன் பதிப்பாசிரியர், க்ரியா.

ரோலான் லார்தின்வா (Roland Lardinois) 1970களில் ஆந்திரப் பிரதேசத்தில் களப்பணிகளைத் தொடங்கிய லார்தின்வா, 1981-1985 ஆண்டுகளில் பாண்டிச்சேரி பிரெஞ்சு ஆய்வு நிறுவனத்தில் ஆய்வாளராகப் பணியாற்றியபோது தமிழ் மொழி, தமிழ்ச் சமூகம் ஆகியவற்றில் அக்கறை கொள்ள ஆரம்பித்தார். 1985இல் பூர்தியுவுடன் அவருக்குத் தொடர்பு ஏற்பட்டது. பூர்தியு வெளியிட்ட 'மானுட அறிவியல் துறை ஆய்வுக் குறிப்புகள்' பத்திரிகையில் லார்தின்வா ஆய்வுக் கட்டுரைகளை வெளியிட்டிருக்கிறார். 1990இலிருந்து இந்தப் பத்திரிகையின் அறிவியல் குழுவின் உறுப்பினராக லார்தின்வா தொடர்ந்து இருக்கிறார். பாரிஸில் உள்ள தேசிய அறிவியல் ஆய்வு மையத்தை (CNRS) சேர்ந்த மானுட அறிவியல் துறைகளில் மேற்படிப்புப் பள்ளியின் இந்தியா-தெற்காசியா ஆய்வுப் பிரிவில் சமூகவியலாளராகத் தற்போது பணிபுரிகிறார்.

தொலைக்காட்சி:
ஒரு கண்ணோட்டம்

பியர் பூர்தியு

பிரெஞ்சு மொழியிலிருந்து தமிழில்

வெ. ஸ்ரீராம்

உதவி

டி.கே. கோபாலன்
எஸ். ராமகிருஷ்ணன்

தமிழ்ப் பதிப்புக்கான முன்னுரை

ரோலான் லார்தின்வா

க்ரியா

Cre-A: is a contributor to Bookshare, the world's largest online digital library for people with print disabilities.

THOLAIKKAATCHI: ORU KANNOTTAM

• Tamil translation of **Sur la télévision** by **Pierre Bourdieu**

• Published by
Raisons d'Agir Editions, 1996

• Translated directly from the French by V. Sriram

• Tamil edition © Cre-A: 2004

• Introduction © Roland Lardinois 2004

• First Edition January 2004, Reprint January 2017

• Printed at
Sudarsan Graphics Pvt. Ltd., Chennai- 600 017

• Published by
Cre-A:
New No. 2, Old No. 25, 17th East Street
Kamarajar Nagar, Thiruvanmiyur, Chennai- 600 041
Phone: 72999 05950
Email: creapublishers@gmail.com
Website: www.crea.in

ISBN: 978-81-85602-85-1

Price: Rs. 120

INSTITUT
FRANÇAIS
INDIA

The work is published with the support of
the Publication Programmes of the Institut français.

சில சொற்களைக் குறித்து 7

பூர்தியு: சமூகவியல் சிந்தனையாளர் 9

தொலைக்காட்சி: ஒரு கண்ணோட்டம்

பகுதி ஒன்று 19

பகுதி இரண்டு 55

குறிப்புகள் 96

பூர்தியுவின் சில முக்கியமான நூல்கள் 100

சில சொற்களைக் குறித்து...

அடையாள : குறிப்பிட்ட பார்வைக் கோணத்தை நம்மீது சுமத்தும், வற்புறுத்தும், நடைமுறைப்படுத்தும் சமூகச் செயல்பாடுகளைக் குறிக்க பூர்தியு 'அடையாள' என்கிற சொல்லைப் பயன்படுத்து கிறார். வன்முறை, தயாரிப்பு, ஒடுக்குமுறை, மூலதனம், புரட்சி, ஒழுங்குமுறை என்று எந்த ஒரு செயல்பாடும்/நிகழ்வும் 'அடையாள' என்ற பெயரடையை ஏற்கலாம். இந்தச் செயல்பாடுகள் பழமை யைச் சார்ந்தவையாக இருக்கலாம்; அல்லது புரட்சிகரமானவையாக இருக்கலாம். ஆகவே 'அடையாள' விளைவு என்பது உடன்பாடான தாகவோ எதிர்மறையானதாகவோ இருக்கலாம். அது ஒரு பண் பாட்டுச் செயலை ஒருவர் எவ்வாறு பார்க்கிறார் என்பதைப் பொறுத் தது. தொலைக்காட்சியைப் பொறுத்தவரை, அது பழமைவாதத்தை, அதாவது, சமூகத்தின் நிலைமைகளை இருக்கிறவாறே தக்கவைத்துக் கொள்வதை நோக்கமாகக் கொண்டிருக்கிறது என்று பூர்தியு கருது கிறார். இந்த வகையில் தொலைக்காட்சி அடையாள ஒடுக்கு முறையை நடைமுறைப்படுத்துகிறது. சமூகத்தில் நிலவும் வர்க்க உறவுகளை இந்த ஒடுக்குமுறை வலுப்படுத்துகிறது, நடைமுறைப் படுத்துகிறது என்றும் பூர்தியு கூறுகிறார்.

'அடையாள' என்ற சொல்லுக்கு symbolique என்ற பிரெஞ்சுச் சொல்லை பூர்தியு பயன்படுத்தினாலும் symbolique என்பதற்கு அவர் தரும் பொருளை எந்த அகராதியும் குறிப்பிடவில்லை என்ப தைச் சுட்டிக்காட்ட வேண்டும்.

இதழாளர் : அச்சு ஊடகத்தில் (நாளேடு, வார இதழ், மாத இதழ் போன்றவற்றில்) தகவல்களைச் சேகரித்து, தொகுத்து வழங்கும் தொழில்முறையாளர்கள், இதழாளர்கள் என்று அழைக்கப்பட்டனர். அறிவியல் முன்னேற்றங்களைத் தொடர்ந்து வானொலி, தொலைக் காட்சி போன்ற ஒலி-ஒளி ஊடகங்கள் வந்த பிறகு 'இதழாளர்' என்ற சொல் பொருளில் விரிவடைந்திருக்கிறது. இந்த மொழிபெயர்ப்பில் 'இதழாளர்' என்ற சொல் அனைத்து ஊடகங்களிலும் தகவல் பணி களைச் செய்பவர்களைக் குறிக்கும்.

களம் : நவீன சமூகம் நுண்ணுலகங்களாக, அதாவது களங்களாகப் பிரிந்திருக்கிறது. இவை பல்வேறாக இலக்கிய, அரசியல், தொழில் நிறுவன, மத நிறுவனக் களங்கள் என்று வகைப்படும். ஒவ்வொரு களத்துக்கும் அதற்கே உரிய சுயாதிகாரமும் அக்கறைகளும், அவற்றைக் கட்டிக்காக்கக் களத்தில் உள்ளவர்கள் பணயமாக வைக்கும் விஷயங்களும் இருக்கின்றன. பூர்தியு இதழியல் களத்தின் செயல்பாடுகளையும் குணாதிசயங்களையும் இந்தப் புத்தகத்தில் விளக்குகிறார்.

தயாரிப்பு : கலை, அறிவியல், வாழ்வியல், சமூக அறிவியல் போன்ற துறைகளில் உருவாக்கப்படும் அனைத்தையும் பண்பாட்டுத் தயாரிப்புகள் என்று பூர்தியு குறிப்பிடுகிறார்.

* * *

பத்திரிகைப் பெயர்கள், தனிநபர்களின் பெயர்கள் தவிர இந்த மொழிபெயர்ப்பில் அடைப்புக்குறிகளுக்குள் தரப்பட்டுள்ள ஆங்கிலச் சொற்கள் பிரெஞ்சு மொழி மூலத்திலும் ஆங்கிலத்திலேயே தரப்பட்டிருக்கின்றன.

ரோலான் லார்தின்வா

பியர் பூர்தியு: சமூகவியல் சிந்தனையாளர்

பியர் பூர்தியுவின் (Pierre Bourdieu) சமூகவியல் ஆசிய நாடுகளின் பண்பாட்டுத் தயாரிப்புக் களத்தில் ஏற்கனவே அறிமுகம் ஆகியிருக்கிறது. அவருடைய பல புத்தகங்கள் கொரிய, ஜப்பானிய, சீன மொழிகளில் மொழியாக்கம் செய்யப்பட்டிருக்கின்றன. அவருடைய ஒரு கட்டுரை ஆங்கிலம் வாயிலாக இந்தியில் மொழியாக்கம் செய்யப்பட்டு 'ஜன் சட்டா' பத்திரிகையில் 1999இல் பிரசுரம் ஆயிற்று. இப்போது முதல்முறையாக இந்திய மொழிகளில் தமிழில்தான் இவருடைய புத்தகம் ஒன்று முழுமையாக பிரெஞ்சிலிருந்து நேரடியாக மொழியாக்கம் செய்யப்படுகிறது. எவ்வளவு பரவலாக இவருடைய புத்தகங்கள் மொழியாக்கம் செய்யப்பட்டுள்ளன என்பதைப் பார்க்கும்போது, புரிந்துகொள்ளக் கடினமானவை என்று கருதப்பட்டாலும், இவரது சிந்தனைகளின் தாக்கத்தின் வீச்சு தெரிய வருகிறது. இருபதாம் நூற்றாண்டின் தொடக்கத்தைச் சேர்ந்த எமில் துர்கேம் (Emile Durkheim), மாக்ஸ் வெபெர் (Max Weber) ஆகியோரின் கருத்தாழத்துக்கு ஒப்பாக இவரது ஆய்வுப் பணிகளைக் கருதலாம். 1950களில் அல்ஜீரிய சமூகத்தில் இவர் மேற்கொண்ட ஆய்வுகள் இறுதிவரை அவருடைய சிந்தனை உலகின் அடிப்படைகளாக இருந்துவந்திருக்கின்றன. சமூகவியல், மானுடவியல், வரலாறு ஆகியவற்றுக்கு இடையே உள்ள வரம்புகளை உடைத்து, கடின உழைப்புடனும் நவீனக் கண்ணோட்டத்துடனும் உருவாக்கப்பட்ட இவரது புத்தகங்கள் மானுட அறிவியல் துறை உலகில் ஒரு நிலையான இடத்தைப் பிடித்துள்ளன.

'பள்ளிக்கூடத்தின் அற்புதம்'

பிரான்ஸ் நாட்டின் தென்மேற்குப் பகுதியில் உள்ள பிரென்னெ (Pyrénées) மலைப் பிரதேசத்தில் பெஆர்ன் (Béarn) என்ற கிராமத்தில்

1930இல் பிறந்த பியர் பூர்தியு ஒரு விவசாயக் குடும்பத்தைச் சேர்ந்தவர். இவருடைய தாத்தா ஒரு குத்தகைக்காரார். தந்தை அஞ்சல் அலுவலகத்தில் ஒரு சாதாரண ஊழியர். உயர்ந்த குடும்பத்தில் பிறந்து, குறிப்பாகப் பெரிய நகரங்களில் வசிக்கும் அல்லது இன்னும் சொல்லப்போனால், எல்லாவித பண்பாட்டு அதிகாரங்களையும் தன்னிடமே வைத்திருக்கும் தலைநகரில் வசிக்கும் குழந்தைகளை மட்டுமே பெரும்பாலும் சேர்த்துக்கொள்ளும் தலைசிறந்த கல்விக் கூடங்களில் சேர்வதற்கு இவரது கிராமத்துப் பின்னணி பெரும் தடையாக இருந்தது. (இன்னும் கிட்டத்தட்ட அதே நிலைதான்.) ஆனால், பூர்தியுவின் பாஷையிலேயே சொல்வதானால், அவரை ஒரு ‘பள்ளிக்கூடத்தின் அற்புதம்’ என்றே சொல்லலாம். அதாவது, சமூகத்தில் தாழ்ந்த மட்டத்தில் பிறந்து, வம்சாவளியின் ‘பண்பாட்டு மூலதனத்தின்’ உதவி எதுவுமின்றி, படிப்பில் சிறந்து விளங்கியதனால் மட்டுமே சமூகத்தில் உயர்ந்த நிலைக்கு வந்த வெகு சிலரில் இவரும் ஒருவர். மாவட்டப் பள்ளி விடுதியில் தங்கியிருந்து இவர் தன்னுடைய உயர்நிலைப் பள்ளிப் படிப்பைச் சிறப்பாக முடித்தார். இது அவருக்குத் தன்னுடைய கிராமத்துச் சூழ்நிலையை விட்டு வெளியே வந்த முதல் அனுபவம். பிறகு, பிரான்ஸின் பெரிய கல்வி நிறுவனங்களில் நுழைவதற்குத் தேர்ச்சி பெறுவதற்காகத் தலைநகர் பாரிஸுக்குப் போய் மிகவும் அந்தஸ்து உடைய உயர்கல்வி நிறுவனம் ஒன்றில் சேர்ந்து படித்தார். **1951**இல், முதுநிலை ஆசிரியராகப் பணிபுரியப் பிரத்தியேகத் தகுதி அளிக்கும் தனி அந்தஸ்து பெற்ற எகோல் நார்மால் ச்யுபெரியர் (Ecole Normale Supérieure) நிறுவனத்தில் படிக்கத் தேர்ந்தெடுக்கப்பட்டார். மூன்று வருடங்களுக்குப் பிறகு, கல்வித் துறையில் பெரிதும் மதிக்கப்படும் தத்துவப் பாடத்தில் முதுநிலை ஆசிரியர் பட்டம் பெற்றார். பல்கலைக்கழகத்தில் மூன்று ஆண்டுகள் ஆசிரியராகப் பணிபுரிந்தபின், தன்னுடைய 34ஆவது வயதில், பாரிஸில், மானுட அறிவியல் துறைகளின் மேற்படிப்புக் கல்விக்கூடம் என்று இன்று இயங்கிவரும் நிறுவனத்தின் இயக்குநராக நியமிக்கப்பட்டார். இங்குதான் அவருடைய ஆய்வுப் பணிகள் அனைத்தும் செய்யப்பட்டன. பிரான்ஸில் மேற்படிப்பு நிறுவனங்களில் தலைமை இடத்தை வகிக்கும் கொலெஜ் த பிரான்ஸில் (College de France) **1981**இல் பேராசிரியராக நியமனம் பெற்றார். படிப்பில் அவர் பெற்ற பட்டங்கள் கல்வித் துறையிலும் சமூகத்திலும் பூர்தியுவுக்குப் பெரும் கௌரவத்தையும் அந்தஸ்தையும் அளித்தாலும், ‘விருதுகளின் கௌரவத்தில் திளைக்கும்’ போக்கு மனத்தளவிலோ, செயலிலோ அவரிடம் இருக்கவில்லை. மாறாக, அன்றைய அறிவுஜீவி மதிப்பீடுகளைப் பொறுத்த

வரை, வித்தியாசமான கருத்துகளை முன்வைக்கும் பணியில் தன்னுடைய தத்துவார்த்தப் பண்பாட்டையும் தன்னுடைய செயல் திறனையும் ஈடுபடுத்தினார்: ஆதிக்கத்தின் இயங்கு முறைகளைச் சமூகவியல் பார்வையில் பகுத்தாய்வு செய்வதை நோக்கியே அவருடைய ஆய்வுப் பணிகள் முனைப்புடன் அமைந்தன. சமூகவியல் அதுவரை குறைத்து மதிப்பிடப்பட்டுவந்த சமுதாய, பண்பாட்டுப் பரிமாணங்களின் மீதும் அவரது ஆய்வு கவனம் கொண்டது.

பண்பாட்டுத் தயாரிப்புக் களங்களுக்கு இதழியல் விளைவிக்கும் அபாயங்கள்

இருபதாம் நூற்றாண்டின் பிற்பகுதியில் பண்பாட்டுத் தயாரிப்புக் களங்களின் பரிணாம வளர்ச்சிபற்றிக் குறிப்பாக விரிவாக்கப்பட்டுள்ள பூர்தியுவின் சிந்தனைகளை அறிமுகப்படுத்துவதற்குமுன், அதுவரை அவர் மேற்கொண்ட ஆய்வுகள் பொதுவாக இதழியல் களத்தைப் பாதிக்கும் பொருளாதார, சமுதாய மாற்றங்களைப் பின்னணியாகக் கொண்டிருந்தன என்பதைக் குறிப்பிட வேண்டும். பெரும்பாலும் பெரிய அளவில் கவனம் பெறும் அவருடைய எழுத்துகளுக்கு இடையே, 'தொலைக்காட்சி: ஒரு கண்ணோட்டம்' (Sur la télévision, 1996) என்ற இந்தச் சிறு புத்தகம் வெளிவந்த நாட்களிலிருந்தே, பிரான்ஸிலும் வெளிநாடுகளிலும் அதற்குக் கிடைத்த மகத்தான வரவேற்புக்குக் காரணம், அதனுடைய பல தனிப்பட்ட அம்சங்கள்தான். முதலாவதாக, பிரான்ஸின் மிக உயர்ந்த கல்வி நிறுவனமான கொலெஜ் த பிரான்ஸின் பாடத்திட்டத்தின் ஒரு பகுதியாக நிகழ்த்தப்பட்ட இரண்டு சிறப்பு உரைகள் இவை. ஆனால், இந்த உரைகள் தொலைக்காட்சியின் தனியார் அலைவரிசை ஒன்றில் நேரடியாக ஒளிபரப்பப்பட்டு, வர்த்தக ரீதியில் ஒளிநாடாவாகவும் வெளிவந்தன. பொதுமக்களுக்கான ஒரு வெளியில், பூர்தியுவே சொல்வதைப் போல, ''தொலைக்காட்சியில் தோன்றிக் கற்றுக்கொடுக்கும் வகையில் உருவாக்கப்பட்ட இந்தப் பாடத்தின்போது'' நிலவிய சமூக சூழ்நிலைகளைப் பார்த்தால், மக்களுக்கு இந்தப் பாடம் எளிதில் போய்ச் சேர வேண்டும் என்ற நோக்கில் இது அமைக்கப்பட்டிருக்கிறது என்பது புரியும். ஆய்வாளர்களை மட்டும் அல்லாமல் இன்னும் விரிவான அளவில் மக்களைச் சென்றடைய வேண்டுமென்ற ஆவல் அவருக்கு இருந்தது. ஆகவே, வழக்கத்துக்கு மாறாக, அவருடைய கருத்துகளை எளிமைப்படுத்த வேண்டியதாகிவிட்டது. (இது போன்று எளிமைப்படுத்துதல் என்

பது தொலைக்காட்சிக்கே உரித்தான நியதி என்பதை அவரே ஆய்வு மூலம் காட்டியிருக்கிறார்.) கல்வி புகட்டும் ரீதியில் திறம்பட தகவல்-தொடர்பு ஏற்படுத்துவதற்குத் தேவையான சில உத்திகளை பூர்தியு கையாண்டு, கருத்தாழத்துக்கும் எளிமைப்படுத்துதலுக்கும் இடையேயான முரண்பாட்டைச் சமாளிக்க முயன்றிருக்கிறார். ஆகவே, வழக்கமான தொலைக்காட்சி விவாதங்கள்போல் இல்லாமல், காட்சி வடிவமைப்புகளைத் தவிர்த்து, படங்கள், ஆவணங்கள் இவற்றின் உதவியுடன் விளக்கிக்காட்டுவதையும் விடுத்து, தன்னுடைய வாதங்களையும் விளக்கங்களையும் மட்டுமே, தனக்குக் கொடுக்கப்பட்ட நேரத்தில் விரிவாக அளித்தார். இறுதியாக, இந்தச் சிறு புத்தகம் இன்னுமொரு பணியைத் தொடங்கிவைத்தது. அதாவது, பியர் பூர்தியுவும் இன்னும் சில சமூகவியலாளர்களும் சேர்ந்து ஒரு தனிப் பதிப்பகத்தை உருவாக்கி (Liber-Raison d'Agir), குறைந்த விலையில் சிறு புத்தகங்களை வெளியிட்டனர். ஆய்வாளர்களின் நீண்டகால ஆய்வுப் பணிகளின் சாரத்தைப் பரந்த அளவில் பொது மக்களுக்கு அளிக்கும் ஒரு தீவிரச் செயல்பாடாக இந்தப் புத்தகங்கள் ஒவ்வொன்றும் இருக்க வேண்டும் என்பது இவர்களுடைய குறிக்கோள். 'தொலைக்காட்சி: ஒரு கண்ணோட்டம்' புத்தகத்துக்குக் கிடைத்த வரவேற்பில் கருத்து வேறுபாடுகள் இருந்தாலும், விற்பனையைப் பொறுத்தமட்டில் மறுக்க முடியாத வெற்றி கிட்டியது. ஒருபுறம், இதழியல் களத்தில் ஆதிக்கம் செலுத்துபவர்கள் தங்களுடைய தொழிலைக் கண்டனம் செய்யும் ஒரு ஆய்வாக அதை எடுத்துக்கொண்டார்கள். ஆனால் உண்மையில், அவர்களுடைய இதழியல் செயல்பாடுகளின் மேல் அழுந்திக்கொண்டிருந்த நிர்ப்பந்தங்களைப் பற்றித் தெளிவுடனும், சுதந்திரத்துடனும் செய்யப்பட்ட பிரகடனமாகத்தான் அது இருந்தது. மறுபுறம், பெருவாரியான பொதுமக்கள் இந்தக் கடும் விமர்சனத்தை வரவேற்றார்கள்; அவர்களிடையே அச்சு ஊடகம், வானொலி, தொலைக்காட்சித் தொழில் துறைகளின் ஆதிக்கத்துக்கு உட்பட்டவர்களும், தகவல் நுகர்வோர்களும் இருந்தார்கள். அவர்கள் ஒவ்வொருவரும் தத்தமக்கே உரிய காரணங்களினாலும், இந்த ஊடகங்கள் இன்று எப்படியெல்லாம் மாறிவிட்டிருக்கின்றன என்பதனாலும் அதிருப்தி அடைந்துவிட்டிருந்தார்கள்.

பூர்தியு தொடங்கிவைத்த அல்லது நிர்வகித்து மேற்பார்த்த ஆய்வுகளை அடிப்படையாகக் கொண்ட இந்தப் புத்தகம் "இன்றைய நிலவரமும் நாளையத் திட்டமும்" என்பதைக் காட்டும் வகையில் அமைந்திருந்தது. ஆனால், இதைக் குறித்த குழப்பங்களில் ஒன்றை

நீக்கி, அவர் சொல்லவரும் கருத்தைப் பற்றி முதலிலேயே தெளிவு படுத்துவது ஒரு வேளை அவசியமாக இருக்கலாம். தொலைக்காட்சி யின் முக்கியமான பணிகளில் ஒன்று, (சொல்லாடல் மூலமாக) விவரிப்பதைவிட (படங்களின் உதவியுடன்) காட்டுவதே ஆகும் என்பதைக் குறைந்தபட்சம் அனுபவ ரீதியாகவாவது, எல்லாரும் அறிவார்கள். சொற்களின் கனத்தைக் கொண்டு மட்டுமே படங் களின் சக்தியை எதிர்கொள்வது வீண் என்று தோன்றலாம். செய்தி கள், அறிவுபூர்வமான தகவல்கள், விவரங்கள் அல்லது பொழுது போக்கு நிகழ்ச்சிகள் ஆகியவற்றைத் தயாரித்துப் பரப்பும் கருவி என்ற அளவில் தொலைக்காட்சியைப் பற்றிப் பேசுவது இந்தப் புத்தகத்தின் குறிக்கோள் அல்ல. அதைவிட, பண்பாட்டுத் தயாரிப் புக் களங்களின் மேல் ஒவ்வொரு நாளும் இறுகிக்கொண்டுவரும் தொலைக்காட்சியின், இதழியலின் பிடியைப் பற்றிப் பேசுவதும், சுதந்திரமாக அறிவை வளர்க்கும் முயற்சிகள் மீதும், உலக விஷயங் களைப் பற்றித் தெளிவாக இருக்கும் குடிமக்களை உருவாக்குவதன் மீதும் இந்தப் பிடி அழுந்துவதால் ஏற்படும் அபாயத்தைப் பற்றிப் பேசுவதும்தான் முக்கியத்துவம் பெறுகின்றன என்பதே சரி.

பூர்தியு சுட்டிக்காட்டியுள்ள ஆய்வுகள் அனைத்தையும் மீண்டும் இங்கு எடுத்துச்சொல்லாமல், அவர் தெளிவாகச் சொல்லியுள்ள இரண்டு உண்மைகளை மட்டும் இங்கு வலியுறுத்துவது பொருத்த மாக இருக்கும். முதலாவதாக, எல்லாவற்றையும் எப்படி அளிப்பது, எப்படி விவரிப்பது என்பது குறித்து இந்த உலகில் மேலோங்கி இருக்கும் வழக்கமான வழிமுறைகளை உறுதிப்படுத்துவதன் மூலம் தொலைக்காட்சியின் அடையாளச் செயல்பாடு இப்போது உலகம் இருக்கும் நிலையை அப்படியே வைத்திருக்க முயல்கிறது. வரலாறு கண்டிராத அளவுக்கு, பெருவாரியான மக்களைச் சென்றடையும் எல்லாச் சாதனங்களையும் (தொழில்நுட்ப, பொருளாதார, அரசியல் சாதனங்கள்) பெற்றிருக்கும் கருவியான தொலைக்காட்சி, மக்களில் பெரும் பகுதியினரின் சிந்தனைகளை உருவாக்கும் ஏகபோக அதி காரத்தைத் தானாகவே அபகரித்துக்கொண்டுவிட்டது. (அதற்கு முன்பெல்லாம், கல்வி போதிக்கும் வகையில் அமைந்த இந்தச் செயல்பாடு, மரபுப்படி குடும்பங்களின் கட்டுப்பாட்டில் இருந்து வந்து, பின்னர் வரலாற்றின் போக்கில், நாளுக்குநாள் பெருமளவில் கல்வி நிறுவனங்களின் கட்டுப்பாட்டில் வந்துவிட்டிருந்தது.) அடுத்த படியாக, மக்களுக்கான தகவல்-தொடர்பின் கட்டுப்பாடுகளும், பொருளாதாரக் கண்ணோட்டத்தில் தொலைக்காட்சி மூலதனத்தின் லாப-நஷ்ட விதிகளும் சேர்ந்து, மிக அதிகமான எண்ணிக்கையில்

நுகர்வோர்களின் ஆதரவைத் தட்டிச் செல்லும் நிகழ்ச்சிகளையே அளிக்க வேண்டிய நிர்ப்பந்தத்துக்குத் தயாரிப்பாளர்கள் ஆளாகி றார்கள். தொலைக்காட்சிப் பார்வையாளர் கணிப்பின் விதியைப் பின்பற்றி இப்படி நடக்கிறது. எல்லாருக்கும் பொருந்துகிற, அதா வது குறிப்பிட்ட எந்த ஒரு சமுதாய அல்லது பண்பாட்டுப் பிரி வினரையும் இலக்காகக் கொள்ளாமல், 'ஆம்னிபஸ்' என்று சொல் லப்படும் ஒரேவிதமாகத் தரப்படுத்தப்பட்ட வடிவங்களையே தொலைக்காட்சித் தயாரிப்புகள் பின்பற்றுகின்றன. தகவலையும் செய்திகளையும் தேர்ந்தெடுத்து முக்கியத்துவத்தின் அடிப்படையில் அவற்றை வரிசைப்படுத்துவதும், மக்களுக்கு அவற்றைச் சுட்டிக் காட்டி அளிக்கும் பாணியும் (அதாவது, மக்களின் பார்வையில் சமூ கத்தின் ஒரு அம்சமாக அவற்றை இருத்தல் பெறச் செய்வதும்) அமைப்பு ரீதியில் கிட்டத்தட்ட ஊருடன் ஒத்துப்போவது என்ற நியதியை நோக்கிச் செல்கின்றன; மேடு பள்ளங்கள் அற்ற, கருத்து வேறுபாடுகள் அற்ற உலகத்தைச் சித்தரிப்பதை நோக்கிச் செல்கின் றன. மேடுபள்ளங்களையும், கருத்து வேறுபாடுகளையும் முழுவது மாக இருட்டடிப்பு செய்ய முடியாது என்ற தருணங்களில் (உதா ரணமாக, பெருவாரியான மக்கள் பார்க்கும் தினசரிச் செய்தி ஒளி பரப்பில்) குறைத்துச் சொல்லும் பாணியில் அந்த வேறுபாடுகள் அளிக்கப்படுகின்றன. ஆக, விருப்பு-வெறுப்பு அற்ற புறவயப் பார்வை என்பது, எந்தச் சாராரையும் புண்படுத்தாத வகையில், வடிவ ரீதியாக மட்டுமே நடுநிலைமை உள்ளதாக ஆகிவிடுகிறது. பூர்தியு அடிக்கடி சொல்லும் அடையாள வன்முறை (இங்கு அது தொலைக்காட்சியின் வன்முறை ஆகிறது), வட்டப் பாதையில் சுற்றிவரும் தகவல் என்ற சூழலில் செயல்படுகிறது. அதாவது, சமூ கத்தைக் குறித்துத் தாங்கள் அறிமுகப்படுத்தியுள்ள கண்ணோட்ட அமைப்புகளின்படியே தொலைக்காட்சிப் பிரதிநிதிகளையும், அவர் களுடைய உலகத்துக்கு அனுசரணையான கட்டமைப்புகளையும் உருவாக்கிய அதே சமூகம்தான் அவர்களுடைய கண்ணோட்ட வகைகளுக்கும் காரணம் ஆகிறது.

இரண்டாவதாக, எல்லாருக்கும் இசைவுடையதாக இருக்கும் தக வலைக் கொடுப்பதற்காக யதார்த்தத்திலிருந்து விலகி இருக்கும் வடி வத்தைப் பின்பற்றி, ஏராளமான மக்களைச் சென்றடையும் தொலைக் காட்சிக் கருவி அதிகரித்துக்கொண்டேவரும் ஒருவித அடையாளச் செல்வாக்கைச் செலுத்துகிறது. எல்லா இதழியல் களங்களிலும், ஒட்டு மொத்தமாகப் பண்பாட்டுத் தயாரிப்புக் களங்கள் எல்லாவற்றிலுமே இந்தச் செல்வாக்குச் செலுத்தப்பட்டு அவற்றின் செயல்பாடுகளைப்

பாதிக்கிறது. ஒருபுறம், ஊடகங்களின் இடையேயான போட்டி காரணமாக, ஆதிக்கம் செலுத்தும் ஊடகத்துடன் இணைந்துவிடு வதற்கு இதழியல் களத்தைச் சேர்ந்தவர்களும் முற்படுகிறார்கள். ஆக, தொலைக்காட்சிச் சந்தையில் அளிக்கப்படும் தயாரிப்புகளிடையே, பல்வேறு வகைகளாகப் பிரிந்திருக்கும் விளைவைவிட இந்தப் போட்டியில் தூண்டிவிடப்படும் ஒரே சீராக்கும் விளைவு அதிக மாகக் காணப்படுகிறது.

மறுபுறம், தொலைக்காட்சிப் பார்வையாளர் கணிப்பின் அடிப் படையிலான அங்கீகாரம், குறுகிய காலத்தில் கிடைக்கும் ஆதாயம், வெளிப்பாடுகளின் அதீத எளிமை அல்லது பகுத்தாய்வுகளில் ஊரு டன் ஒத்துப்போவது போன்றவற்றை ஊக்குவிக்கும் தொலைக் காட்சி, அதுவரை ஓரளவுக்கு சுயேச்சையாக இருந்துவந்த பிற பண்பாட்டுத் தயாரிப்பு ஊடகங்களின் மேல், அதாவது இலக்கியக் களம் அல்லது மானுட அறிவியல் களங்கள் போன்ற உலகங்களின் மேல் அழுந்த முற்படுகிறது. (கற்றுக்கொடுத்தல் என்ற சொல்லை அதன் விரிவான பொருளில் பார்த்தோம் என்றால், தொலைக் காட்சியின் கற்றுக்கொடுக்கும் செயல் கல்வி கற்கும் வயதில் உள்ள வர்களை வலுவாகப் பாதிக்கிறது என்று சொல்லலாம். தொலைக் காட்சி ஊடகத்தின் முக்கியமான இலக்காக இவர்கள் இருப்பதால், கல்வி நிறுவனங்களுக்கே உரித்தான கற்றுக்கொடுக்கும் செயல்பாட் டுக்குத் தொலைக்காட்சி போட்டியாகிவிடுகிறது என்பதைக் கவ னிக்காமல் இருக்க முடியாது.) என்னதான் சொற்ப வாழ்வுடைய தாக இருந்தாலும், சிலருக்கு மக்களிடையே பிரபலம் அடை வதற்கு உதவிசெய்து அதன் மூலம் எழுத்தாளர்களாகவோ சமூகவிய லாளர்களாகவோ வரலாற்று ஆசிரியர்களாகவோ அல்லது பாடகர் களாகவோ அவர்களுக்கு அங்கீகாரம் அளிப்பதன் மூலம், காலம்கால மாக இந்தத் துறைசார்ந்த அங்கீகாரங்களை அளிப்பதற்கு என்று உரு வாக்கப்பட்டிருக்கும் நிறுவனங்களுடன் தொலைக்காட்சி போட்டி யில் இறங்குகிறது. இவை போன்ற நிறுவனங்களை உருவாக்கப் பலவிதமான பண்பாட்டுத் தயாரிப்புக் களங்கள் போராடி வந்திருக் கின்றன. (இந்த அங்கீகாரங்கள் ஒரே துறையைச் சேர்ந்தவர்க ளாலேயே அல்லது அவர்களுடைய சங்கங்கள், குழுக்களாலேயே தீர்மானிக்கப்படும்.) அங்கீகாரம் பெறத் தேவையான தகுதிகள் எவை என்பதுபற்றிப் பலருடைய மனத்தில் ஒரு குழப்பத்தைத் தொலைக்காட்சி ஏற்படுத்திவிடுகிறது; ஒவ்வொரு பண்பாட்டுத் தயாரிப்பு உலகத்துக்கும் உரித்தான தனிப்பட்ட திறமைகளின் மதிப்பை நீர்த்துப்போகச் செய்துவிடுகிறது.

அடையாள ஆதிக்கத்தின் இந்த விளைவுகளை முழுமையாகப் புரிந்துகொள்ள வேண்டுமென்றால், பன்னாட்டு உறவுகள் என்ற வெளியில் செயல்படும் அதிகார உறவுகளைக் கணக்கில் எடுத்துக் கொள்ள வேண்டும். தொலைக்காட்சித் தயாரிப்புகளின் சில முக்கிய வகைகள் அமைக்கப்பட்டிருக்கும் விதம் வெகு வேகமாக உலகெங் கிலும் ஒரே சீராக்கப்பட்டிருப்பது இந்த அடையாள ஆதிக்கத்தின் ஒரு அறிகுறி. இதழியல் பள்ளிகள் பலவற்றில் மிகச் சிறந்த முன் னுதாரணமாக எடுத்துக்கொள்ளப்பட்டு, பொதுவாக அமெரிக்கச் செய்தித்துறையும், குறிப்பாக அமெரிக்கத் தொலைக்காட்சியும் எப்ப டிப் பல நாடுகளிலும் தங்கள் செல்வாக்கைச் சுமத்துகின்றன என் பது இதற்கான பல அறிகுறிகளில் ஒன்று. (பொழுதுபோக்கு நிகழ்ச்சிகள், விதவிதமான விளையாட்டுகள்—அமிதாப் பச்சனின் 'கௌன் பனேகா க்ரோர்பதி' அல்லது வேறு ஒரு நட்சத்திரம் நடத் தும் போட்டி—செய்திகளையும் தகவல்களையும் அளிக்கும் பாணி, அமெரிக்க அலைவரிசை CNNஇல் காட்டப்பட்ட காட்சிகளின் சில பகுதிகளையே மறுபடியும் காட்டுவது போன்ற உதாரணங்கள் இருக் கின்றன.)

பொதுமக்களுக்குப் போய்ச்சேர வேண்டுமென்று அவர் நிகழ்த் திய வகுப்பின் வரம்புகளுக்குள் பூர்தியு செய்ய விரும்பியதெல்லாம், அவரே அடிக்கடி சொல்வதுபோல, "கழியை எதிர்த்திசையில் முறுக்கு வது" போன்ற செயலே ஆகும். ஆகவேதான் தான் சொல்லவரும் விஷயங்களின் முக்கியமான சாரத்தை அளிக்கும் வகையில் தன் னுடைய பகுத்தாய்வுகளை ஒருவிதத்தில் எளிமைப்படுத்தி அளிக் கிறார். தொலைக்காட்சியைப் பற்றியும், தகவலை அளிக்கும் தொழி லைப் பற்றியும் தகவல்-தொடர்புத் தொழில்முறையாளர்களின் மேலோட்டமான, எல்லாரையும் திருப்திசெய்யும் வகையிலான சொல்லாடல்களுக்கு எதிராக, வெறும் கருத்தளவில் அல்லது சமூகத் தில் என்ன நடக்கிறது என்பதன் அடிப்படையில் மேற்கொண்ட ஆய்வுகளிலிருந்து அகழ்ந்து எடுத்த உண்மையின் ஒரு பகுதியை எல்லாருக்கும் அறிவிப்பதே அவருடைய நோக்கம். பூர்தியுவின் சமூக வியல், சமூகத்தை ஒருவிதமான உளப்பகுப்பாய்வுக்கு உட்படுத்தி யது. இந்தப் பகுப்பாய்வு சமூகத்தில் நிலவும் தணிக்கைகளை அகற்று வதை நோக்கமாகக் கொண்டது. ஆனால் இந்தப் பகுப்பாய்வுகளுக்கு இதழாளர்களிடையே தோன்றிய கடும், வன்முறையான எதிர்ப்புகள் பூர்தியுவின் பகுப்பாய்வுகளைப் பரிதாபகரமான முறையில், ஆனால் வலுவாக நிரூபிப்பவையாகவே அமைந்தன.

அறிவுலகக் கூட்டுறவு நிறுவனர்

பியர் பூர்தியு நமக்குக் கொடுத்திருக்கும் அறிவுஜீவி சொத்துகளின் பரிமாணத்தைப் பற்றிப் பேசுவதென்றால், அறிவியல் நிறுவன அமைப்பாளராக அவர் ஆற்றியிருக்கும் மகத்தான, அசாதாரணமான பணியையும் நினைவுகூர்வது அவசியம். மானுட அறிவியல் துறைகள் மேற்படிப்புப் பள்ளியின் *(School for Higher Studies in Social Sciences)* ஐரோப்பிய சமூகவியல் மையத்தின் *(European Centre for Sociology)* இயக்குநராக இவர் இருந்தார். (இந்த மையத்தை உருவாக்கிய பிரபல சமூகவியலாளர் ரேமோன் அரோனின் *(Raymond Aron)* மேற்பார்வையில்தான் பூர்தியுவின் தொழில்முறை வாழ்க்கை தொடங்கியது.) கருத்தரங்குகளையும், கூட்டுமுயற்சி ஆய்வுக்குழுக்களையும் தானே பொறுப்பேற்று நடத்தினார். ஒரு ஆசிரியராக, கற்றுக்கொடுப்பதில் தனக்கு இருந்த திறமைகளைச் சிந்தனை ரீதியான பணிகளுக்குத் தந்து செயல்பட்டார். ஆக, சமூகவியலாளர் துர்கேமின் *(Durkheim)* கோட்பாட்டின்படி ஒரு உண்மையான சமூகவியல் இயக்கத்தையே பூர்தியு உருவாக்கினார். இந்த இயக்கத்தின் செயல்முறைகள் குறித்து 'சமூகவியலாளரின் தொழில்' (1968) என்ற புத்தகத்தில் இவர் சொன்னவை எல்லாம் பிற்காலத்திய மானுட அறிவியல் துறை ஆய்வாளர்களுக்கு வழிகாட்டியாக இருந்தன. கோட்பாட்டுக் கண்ணோட்டத்தில் பகுத்தாய்வு செய்து இவர் அளித்த இந்தக் கட்டுரைத் தொகுப்பு மனித குலத்தைக் குறித்த அறிவியல் என்ற அந்தஸ்தைச் சமூகவியலுக்கு அளிக்க முற்பட்டது. ஆய்வுப் பணிகள் ஒழுங்குமுறையுடனும், சீராகவும் மேற்கொள்ளப் பட வேண்டியதன் அவசியத்தை நன்றாக உணர்ந்து செயல்படும் ஆய்வாளர்களுக்கு வழிகாட்டுவதில் தன் வாழ்நாள் முழுவதும் பூர்தியு ஈடுபட்டிருந்தார். 1975முதல், 'மானுட அறிவியல் துறை ஆய்வுக் குறிப்புகள்' *(Acts de la recherche en sciences sociales)* என்ற பத்திரிகையை வெளியிட்டுவந்தார். இதில் அறிவியல் பத்திரிகைகளின் வழக்கமான பண்டிதத்தனத்தைப் போல அல்லாமல், அறிவுபூர்வமான விஷயங்களைச் சொல்வதில் நவீன வடிவங்களை அறிமுகப்படுத்தினார். இது தவிர, பதிப்பாளராகவும், பதிப்பாசிரியராகவும் பிரெஞ்சு சமூகவியலாளர்களின் (எமில் துர்கேம், மார்செல் மோஸ் போன்ற) சில முக்கியப் படைப்புகளையும், அயல்நாட்டுச் சமூகவியலாளர்களின் படைப்புகளின் மொழியாக்கங்களையும் வெளியிட்டுள்ளார். 'சேர்ந்து இயங்கும் அறிவுஜீவி' *(collective intellectual)* என்ற ஒரு புதிய கருத்தாக்கத்தை பூர்தியு அறிமுகப்

படுத்தினார். அதாவது, அறிவுஜீவிக் களத்தில், ஒரு தனிநபரின் அல்லது தன்னை மட்டுமே முதன்மைப்படுத்துபவரின் அதிகாரப் போக்கை உடைத்து (குறிப்பாக பிரான்ஸ் நாட்டுச் சூழலில்), ஒன்றாகச் சேர்ந்து ஆய்வை மேற்கொள்ளும் அறிவுஜீவிக் குழு என்ற போக்கை நிலைநாட்ட முயன்றார். அறிவுஜீவித் தயாரிப்பாளர்கள் சமூக உறவுகளிலும் மனத்தளவிலும் தங்களுடைய தேசிய எல்லை களுக்குள் பெரும்பாலும் தங்களைக் குறுக்கிக்கொள்ளும் சூழலில், அதை உடைத்து, உலகளவில் கருத்துகள் பரிமாறிக்கொள்ளப்பட வேண்டும் என்ற அக்கறையுடன், லிபெர் (Liber) என்ற, ஐரோப்பிய அளவிலான பத்திரிகையில் கிட்டத்தட்ட பத்து வருடங்களாக ஆசிரியராக இருந்தார். செயற்கையான முறையில் பல துறைகளாகவும், பல தேசிய சங்கங்களாகவும் பிரிக்கப்பட்டிருந்ததாக அவர் கருதிய ஒரு மானுட அறிவியலை ஒருமைப்படுத்தவும் அதற்குரிய சர்வ தேசத் தன்மையை நிலைநிறுத்தவும் பூர்தியு அயராது பாடுபட்டார்.

பகுதி ஒன்று

தொலைக்காட்சிபற்றிச் சில கேள்விகளை இங்கு நான் தொலைக்காட்சி மூலமாகவே முன்வைக்க முயலப்போகிறேன். சற்றே முரண்பாடான நோக்கம்தான். ஏனென்றால், தொலைக் காட்சி மூலமாகப் பெரிதாக எதையும் சொல்ல முடியாது, அதுவும் குறிப்பாக, தொலைக்காட்சிபற்றியே என்பது என் கருத்து. தொலைக்காட்சியில் ஒன்றுமே சொல்லிவிட முடியாது என்பது உண்மையானால், தங்கள் கருத்துகளை அதன் வாயிலாகச் சொல்வதிலிருந்து ஒதுங்கிக்கொள்ள வேண்டும் என்று மிகப் பெரிய அறிவு ஜீவிகள், கலைஞர்கள், எழுத்தாளர்களில் சிலரைப் போல நானும் முடிவெடுக்க வேண்டும் அல்லவா?

ஆமாம் அல்லது இல்லை என்பது போன்ற ஒரு முடிவை ஏற்றுக் கொள்ள வேண்டியது இல்லை என்று எனக்குத் தோன்றுகிறது. தொலைக்காட்சியில் தோன்றிப் பேச வேண்டியது முக்கியமானது தான், ஆனால் **குறிப்பிட்ட சூழ்நிலைகளில்** என்று நான் நினைக் கிறேன். இன்று, கொலெஜ் த பிரான்சின்[1] ஒலி-ஒளி ஊடகப் பிரிவின் உதவியால் அசாதாரணமான சில சூழ்நிலைகள் எனக்கு வாய்த்திருக் கின்றன: முதலாவதாக, நான் இவ்வளவு நேரம்தான் பேச வேண்டும் என்ற கால வரையறை எனக்குக் கிடையாது; இரண்டாவதாக, என் உரையின் தலைப்பு என்மேல் திணிக்கப்படவில்லை—அது நான் என் விருப்பத்தின் பேரில் தேர்வுசெய்தது. இப்போதுகூட நான் அதை மாற்றிக்கொள்ள முடியும்; மூன்றாவதாக, சாதாரண ஒளிபரப்பு களில் நிகழ்வதைப் போல, தொழில்நுட்பத்தின் பெயராலேயோ, "மக்களுக்கு இதெல்லாம் புரியாது" என்பதன் பெயராலேயோ அல்லது ஒழுக்கம், கண்ணியம் போன்றவற்றின் பெயராலேயோ நான் ஒரு வரம்புக்குக் கட்டுப்பட வேண்டும் என்று எனக்கு நினைவுபடுத்த இங்கு யாரும் இல்லை. இது ஒரு அசாதாரணமான நிலைமை. ஏனென்றால், இப்பொழுது அவ்வளவாகப் புழக்கத்தில் இல்லாத சொற்களில் சொன்னால், **தயாரிப்புக் கருவிகளின் கட்டுப்பாடு** என் வசம் இருக்கிறது. இதுவும் வழக்கமானது அல்ல.

எனக்குக் கிடைத்திருக்கும் இந்த வாய்ப்பு எவ்வளவு தூரம் அசாதாரணமானது என்பதை வலியுறுத்துவதன் மூலம், பொதுவாக எந்த மாதிரியான நிபந்தனைகளுடன் ஒருவர் தொலைக்காட்சியில் பேச அழைக்கப்படுகிறார் என்பது பற்றி ஏற்கனவே கொஞ்சம் சொல்லி விட்டேன்.

ஆனால், இப்படியெல்லாம் இருந்தும், தொலைக்காட்சி நிகழ்ச்சிகளில் பங்குபெறுபவர்கள் வழக்கமான நிபந்தனைகளை ஏன் ஒப்புக்கொள்கிறார்கள்? மிக முக்கியமான கேள்வி இது. குறிப்பாக, அதில் பங்குபெற ஒப்புக்கொள்ளும் பெரும்பாலான ஆராய்ச்சியாளர்கள், அறிஞர்கள், எழுத்தாளர்கள்—இதழாளர்களைப் பற்றிச் சொல்லவே வேண்டாம்—தங்களைத் தாங்களே இக்கேள்வியைக் கேட்டுக் கொள்வதில்லை. இந்தச் சுயவிசாரணையின்மை குறித்துக் கேள்விகள் எழுப்புவது அவசியம் என்று எனக்குப் படுகிறது. எதைக் குறித்தும் கொஞ்சமாவது சொல்ல முடியுமா என்று கவலைப்படாமலேயே நிகழ்ச்சிகளில் பங்குகொள்ள ஒப்புக்கொள்வதன் மூலம் எதையும் சொல்வதற்காக அவர்கள் அங்கு இருக்கவில்லை என்பதையும், ஆனால் வேறு பல காரணங்களுக்காக, குறிப்பாக, தங்களைக் காண்பித்துக்கொள்ளவும் மற்றவர்களால் பார்க்கப்படுவதற்காகவும்தான் என்பதையும் வெளிப்படுத்திவிடுகிறார்கள். ‘‘இருத்தல் என்பது மற்றவர்களால் பார்க்கப்படுவதுதான்’’ என்றார் பெர்க்லி. நம்முடைய தத்துவவாதிகளில் (எழுத்தாளர்களிலும்) சிலரைப் பொறுத்தவரை, இருத்தல் என்பது தொலைக்காட்சிகளில் தோன்றுவதே என்று ஆகிவிடுகிறது. அதாவது, மொத்தத்தில், இதழாளர்களால் பார்க்கப்படுவதும், பொதுவாகச் சொல்லப்படுவதைப் போல, இதழாளர்களால் **மதிக்கப்படுவதும்** என்று ஆகிவிடுகிறது. (இது சில சமரசங்களையும் நாணயமற்ற உடன்படிக்கைகளையும் செய்துகொள்ள நிர்ப்பந்தப்படுத்துகிறது.) இந்தத் தத்துவவாதிகளும் எழுத்தாளர்களும் தொடர்ந்து நிலையான இருத்தல் பெறத் தங்களுடைய படைப்புகளைப் பெரிதும் சார்ந்திருக்க முடியாது. அதனால் முடிந்த அளவு அடிக்கடி திரையில் தோன்றுவதையும், தொலைக்காட்சியின் அழைப்பை உறுதிசெய்துகொள்வதையே பிரதான குறிக்கோளாகக் கொண்ட படைப்புகளை முடிந்தவரை குறுகிய, அதே சமயம், சீரான கால இடைவெளிகளில் எழுதுவதையும் தவிர அவர்களுக்கு வேறு வழி இல்லை என்பதுதான் உண்மை. ஆகவேதான் தொலைக்காட்சித் திரை சுயமோகிக்கான ஒருவித நார்சிசஸ் கண்ணாடியாக, சுயமோகத்தைக் கண்காட்சிப்படுத்துவதாக இன்று ஆகிவிட்டது.

இந்தப் பீடிகை சற்றே நீண்டதாகத் தோன்றக்கூடும். ஆனால், தொலைக்காட்சியின் அழைப்புகளை ஒப்புக்கொள்வதா, அதுவும் நிபந்தனைகளின்றியா என்று தெரிந்துகொள்ளும் தேர்வை ஒவ்வொருவரும் தன்னந்தனியாக எதிர்கொள்ளாமல் இருக்க வேண்டுமென்றால் கலைஞர்கள், எழுத்தாளர்கள், அறிஞர்கள் எல்லோருமாக—முடிந்தால் கூட்டாக—இந்தப் பிரச்சினையைச் சந்திப்பது நல்லது என்றே எனக்குப் படுகிறது. கூட்டாக இவர்கள் இந்தப் பிரச்சினையில் கவனம் செலுத்தி ஒத்த கருத்துக்கு வரும் நோக்கத்தில் இதழாளர்களுடன் (அவர்கள் நிபுணர்களாக இருந்தாலும் இல்லாவிட்டாலும்) பேச்சுவார்த்தைகளைத் தொடங்க முயல வேண்டும் என்று நான் மிகவும் விழைகிறேன். (எவரும் கனவு காணலாம்தானே!) பெரும்பாலும் நிறையக் கட்டுப்பாடுகளுக்கு ஆளாகி, அவற்றை மற்றவர்மீது சுமத்தும் கட்டாயத்தில் இருக்கும் இதழாளர்களைக் கண்டனம் செய்வதோ அவர்களுடன் சண்டை போடுவதோ இப்படிச் சொல்வதன் நோக்கம் அல்ல என்பது தெளிவு. மாறாக, மற்றவர்களின் கோட்பாடுகளுக்கான கருவிகளாகக் கலைஞர்களும் மற்றவர்களும் ஆக்கப்படும் அபாயங்களை ஒன்றாகச் சேர்ந்து எப்படிச் சமாளிப்பது என்ற யோசனையில் அவர்களையும் சேர்த்துக்கொள்வதுதான் இதன் நோக்கம்.

தொலைக்காட்சியில் கருத்துகளைச் சொல்லத் திட்டவட்டமாக மறுப்பது ஒருதலைப்பட்சமானது. இதற்குச் சார்பாகப் பேச என்னால் முடியாது என்று நினைக்கிறேன். நியாயமான நிபந்தனைகளுடன் கருத்துகளைச் சொல்ல முடியும் என்ற சாத்தியக்கூறு சில சமயங்களில் இருக்குமென்றால், அப்படிச் செய்ய வேண்டிய ஒருவிதக் **கடமையும்** இருக்கும் என்றுகூட நான் கருதுகிறேன். இந்தத் தேர்வு சரியான வழியில் அமைய வேண்டுமென்றால், தொலைக்காட்சி என்ற கருவியின் தனித்தன்மையைக் கணக்கில் எடுத்துக்கொள்ள வேண்டும். அடிப்படையில், எல்லோரையும் சென்றடையக்கூடிய சாத்தியக்கூறுள்ள கருவி தொலைக்காட்சி. இதிலிருந்து எழுகின்றன சில அடிப்படைக் கேள்விகள்: நான் சொல்ல வருவது எல்லோருக்கும் போய்ச் சேர வேண்டிய ஒன்றா? என்னுடைய சொல்லாடலை, அதன் வடிவத்தில் எல்லோரும் புரிந்துகொள்ளும் வகையில் அளிக்க நான் தயாராக இருக்கிறேனா? எல்லோரும் புரிந்துகொள்ள ஏற்றதாக அது இருக்கிறதா? மேலும் சொல்வதென்றால், எல்லோரும் அதைப் புரிந்துகொண்டுதான் ஆக வேண்டுமா? ஆய்வாளர்களுக்கும், குறிப்பாக அறிஞர்களுக்கும் ஒரு பணி இருக்கிறது. (மானுடவியல் துறைகளைப் பொறுத்தவரை

இதற்கு ஒரு பிரத்தியேக அவசரம் இருக்கிறது என்றுகூடச் சொல்ல லாம்.) ஆய்வுகளிலிருந்து பெற்றவை அனைத்தையும் எல்லோருக் கும் கிடைக்கச்செய்வதே அந்தப் பணி. ஹ்யுசெர்ல் *(Husserl)* சொல்லி யிருப்பதுபோல, இயற்கையைப் பற்றியும், சமூகத்தைப் பற்றியும் பல விஷயங்களைக் கண்டுபிடிப்பதற்காக அரசு சம்பளம் கொடுத்து அமர்த்தியிருக்கும் 'மனிதகுலத்தின் ஊழியர்கள்' நாம். நாம் பெற் றதை மற்றவர்களுக்குக் கிடைக்கச்செய்வது நம் கடமைகளில் ஒன்று என நான் நினைக்கிறேன். இந்த அடிப்படைக் கேள்விகள் என்ற சல்லடையில்தான் நான் தொலைக்காட்சியில் பங்குகொள்வது குறித்த ஒப்புதல்களையோ மறுப்புகளையோ சலித்துப்பார்க்க எப் போதும் முயன்றிருக்கிறேன் தொலைக்காட்சியின் அழைப்பை ஏற்று வரும் எல்லாரும் தங்களைத் தாங்களே இந்தக் கேள்வி களைக் கேட்டுக்கொள்ள வேண்டும் அல்லது அப்படி கேட்டுக் கொள்ளக் கொஞ்சம்கொஞ்சமாகக் கட்டாயப்படுத்தப்பட வேண் டும் என்று நான் நினைக்கிறேன். ஏனென்றால், தொலைக்காட்சி பார்ப்பவர்களும், தொலைக்காட்சி விமர்சகர்களும் இந்தக் கேள்வி களைக் கேட்டுக்கொள்கிறார்கள். தொலைக்காட்சியில் மற்றவர்கள் தோன்றுவதைக் குறித்தும் கேட்கிறார்கள். சொல்வதற்கு அவரிடம் ஏதாவது இருக்கிறதா? அதைச் சொல்வதற்கு ஏதுவான சூழ்நிலை அவருக்கு இருக்கிறதா? அவர் சொல்வது அந்த இடத்தில் சொல் லப்படுவதற்கு உகந்ததுதானா? சுருக்கமாக, அவருக்கு அங்கே என்ன வேலை?

கண்ணுக்குப் புலப்படாத தணிக்கை

முக்கியமான விஷயத்துக்கு வருகிறேன்: பேச வேண்டிய தலைப்பு திணிக்கப்படுவதாலும், எப்படிச் சொல்ல வேண்டும் என்ற விதிமுறைகள் திணிக்கப்படுவதாலும், சொல்லவந்ததைச் சொல்வதற்கான சாத்தியக்கூறுகளைக் குறைக்கும் வகையில் நேர அளவைக் குறைத்துச் சில கட்டுப்பாடுகள் திணிக்கப்படுவதாலும் தொலைக்காட்சியில் வாய்ப்பு என்பதற்குப் பயங்கரமான தணிக்கை என்ற மறுபக்கம் ஒன்று இருக்கிறது என்று நான் தொடக்கத்தி லேயே முன்வைத்தேன். அழைக்கப்படுபவர்களின் மீது செயல்படும் இந்தத் தணிக்கை, அது மட்டும் அன்றி அவர்கள்மீது அது சுமத் தப்படுவதற்குத் துணைபோகும் இதழாளர்கள்மீதும் செயல்படும் இந்தத் தணிக்கை, அரசியல் நோக்கம் கொண்டது என்று நான் சொல்வேன் என்று எதிர்பார்க்கப்படலாம். அரசியல் குறுக்கீடுகள் இருக்கின்றன என்பதும் (குறிப்பாக இயக்குநர் பதவிக்குச் செய்யப்

படும் நியமனங்கள் மூலம்) அரசியல் ஆதிக்கம் இருக்கிறது என்பதும் உண்மை. மேலும், குறிப்பாக இந்தக் காலத்தில் இருப்பதுபோல, தொலைக்காட்சி, வானொலித் துறைத் தொழில்களில் பணிபுரிய பெரிய பட்டாளம் காத்திருக்க, அந்தத் தொழில்களின் நிலையற்ற தன்மையும் பெரிதாக இருக்கும்போது, அரசியல் ரீதியாக ஒத்துப் போவதில் நாட்டம் அதிகமாகவே இருக்கிறது என்பதும் உண் மையே. வெளிநபர் ஒருவரால் கட்டுப்படுத்தப்பட வேண்டிய அவசியம் இன்றி, அறிந்தோ அறியாமலேயோ ஒருவித சுய தணிக் கைக்கு எல்லாரும் ஒத்துப்போய்விடுகிறார்கள்.

பொருளாதார ரீதியிலான தணிக்கைகள் பற்றியும் யோசித்துப் பார்க்க வேண்டும். பார்க்கப்போனால், தொலைக்காட்சிக்குப் பெரும் சுமையாக இருப்பது பொருளாதாரத் தளை என்றே சொல்லலாம். இருந்தாலும், தொலைக்காட்சியில் ஒளிபரப்பாவதெல்லாம் அதன் உரிமையாளர்களாலேயோ, பணத்தைத் தந்து விளம்பரங்களைச் செய்யும் விளம்பரதாரர்களாலேயோ, மானியங்களை வழங்கும் அர சினாலேயோதான் நிச்சயிக்கப்படுகின்றன என்று சொல்வதோடு விவகாரம் முடிந்துவிடுவதில்லை. ஒரு தொலைக்காட்சி அலைவரி சையின் உரிமையாளர் பெயரையும், அதன் வரவுசெலவுத் திட்டத் தில் விளம்பரதாரரின் பங்கையும், அரசு மானியத்தின் தொகையை யும் மட்டுமே தெரிந்துவைத்திருப்பதால் பெரிதாக ஒன்றும் புரிந்து விடாது. ஆனாலும் அவற்றை நினைவில் கொள்வது அவசியம். *NBC*, ஜெனரல் எலக்ட்ரிக்குக்குச் சொந்தம் என்று தெரிந்துகொள்வது அவ சியம் (அதாவது, ஒரு அணுமின் நிலையத்தைச் சுற்றி வசிப்பவர்களை *NBC* பேட்டி காணத் துணிந்தால், அநேகமாக அதன் விளைவுகள்... ஆனால் யாருக்கும் அப்படிச் செய்யத் தோன்றாது...). அதே போல, *CBS*, வெஸ்டிங்ஹவுஸுக்குச் சொந்தம் என்றும், *ABC*, டிஸ்னிக்குச் சொந்தம் என்றும், *TF1*, பூயிக்குக்கு சொந்தம் என்றும் தெரிந்து கொள்ள வேண்டியது முக்கியம். ஏனென்றால், பலவகையான தலை யீடுகள் சில பின்விளைவுகளை ஏற்படுத்தக்கூடும். *TF1*க்குப் பின் னால் பூயிக் இருக்கிறார் என்பதால் பூயிக்குக்கு எந்தவிதச் சங் கடங்களையும் அரசு ஏற்படுத்தாது என்பது வெளிப்படை. ஒரு சாதாரண விமர்சகனுக்குக்கூடத் தெரியுமளவுக்கு மிக சகஜமான, அசிங்கமான விஷயங்கள் இவை. ஆனால், பெயரற்ற, கண்ணுக்குப் புலப்படாத செயல்முறைகளை இவை ஒளித்துவைத்திருக்கின்றன. இவற்றின் மூலமாகத்தான் எல்லாவிதமான தணிக்கைகளும் செயல் பட்டு, அடையாள ஒழுங்குமுறையைப் பாதுகாக்கும் ஒரு பயங்கரக் கருவியாகத் தொலைக்காட்சியை ஆக்கிவிடுகின்றன.

இங்கு நான் சற்று நிறுத்த வேண்டியிருக்கிறது. சமூகவியல் பகுப் பாய்வு அடிக்கடி தவறாகப் புரிந்துகொள்ளப்படுகிறது: பகுப்பாய் வுக்கு உட்படுத்தப்படுபவர்கள், குறிப்பாக இதழாளர்கள், தாங்கள் தாக்கப்படுவதாகக் கருதுகிறார்கள். அதாவது, பகுப்பாய்வின் கூறு களை எடுத்துச்சொல்வதோ, அதன் செயல்பாடுகளை வெளிச்சத்துக் குக் கொண்டுவருவதோ, தனிப்பட்ட நபர்களைக் குற்றம்சாட்டும், அல்லது பொதுவாகச் சொல்லப்படுவதுபோல, தனிநபரைத் 'தாக் கும்', செயல்பாடு என்று கருதுகிறார்கள். (அதே சமயம், தொலைக் காட்சி ஒளிபரப்புகளின் 'உள்விவகாரங்கள்' பற்றியோ, அவை எப்படி உற்பத்தி—அதுதான் பொருத்தமான சொல்—செய்யப்படு கின்றன என்பது பற்றியோ இதழாளர்களிடம் பேசும் ஒரு சமூகவியலாளர், தான் கேட்பதில் பத்தில் ஒரு பங்கைச் சொன்னால் அல்லது எழுதினால்கூட, அவர் தன்னுடைய விருப்பு-வெறுப்பு களுக்கு இடமளித்து, ஒருதலைப்பட்சமான பார்வை கொண்டவர் என்று இதழாளர்கள் குறைகூறுவார்கள்.) ஆய்வுக்கான ஒரு பொரு ளாகத் தாங்கள் கருதப்படுவதையோ, ஆய்வுக்கான ஒரு பொருளாக ஆக்கப்படுவதையோ பொதுவாக எவருமே விரும்புவதில்லை. இத ழாளர்களைப் பற்றிக் கேட்கவே வேண்டாம். அவர்களைக் குறி வைத்து, சிக்கவைத்துவிட்டதைப் போல உணர்கிறார்கள். மாறாக, ஒரு குறிப்பிட்ட சமூக வட்டத்தைப் பகுத்தாயும் முயற்சியில் எவ் வளவு தூரம் செல்கிறோமோ, அவ்வளவுக்கு அவ்வளவு தனிநபர் களிடமிருந்து அவர்களுடைய பொறுப்பு என்கிற சுமையைக் குறைக்க வேண்டியதாகிறது. (அதற்காக, நடப்பவை எல்லாவற்றை யும் நியாயப்படுத்துகிறோம் என்று அர்த்தமாகாது.) ஒரு சமூகம் எப்படிச் செயல்படுகிறது என்பதை எந்த அளவுக்குப் புரிந்துகொள் கிறோமோ அந்த அளவுக்கு அதில் பங்குபெறுபவர்கள் ஆட்டுவிப் பவர்களாகவும், அதே அளவுக்கு ஆட்டுவிக்கப்படுபவர்களாகவும் இருக்கிறார்கள் என்பது புரியும். பெரும்பாலான சமயங்களில் அவர் கள் எந்த அளவுக்கு அதிகமாக ஆட்டுவிக்கப்பட்டு அதைப் பற்றிய பிரக்ஞையே இல்லாமல் இருக்கிறார்களோ, அந்த அளவுக்கு அவர் களும் இன்னும் நன்றாகவே பிறரை ஆட்டுவிக்கிறார்கள். நான் சொல்வது குறைகூறுவதாகக் கருதப்படும் என்று தெரிந்திருந்தும் இதை நான் வலியுறுத்துவேன்; குறைகூறுவது என்று கருதுவதும் பகுப்பாய்விலிருந்து தன்னைப் பாதுகாத்துக்கொள்வதில் ஒருவிதமே. தொலைக்காட்சியின் இழிவான சில விவகாரங்கள், நிகழ்ச்சி வழங் கும் சிலர் செய்தவை அல்லது செய்திருக்கக் கூடாதவை அல்லது சில தயாரிப்பாளர்களுக்கு அளிக்கப்படும் அபரிமிதமான ஊதியங்கள் இவற்றைக் கண்டிக்கும் செயலே எல்லாவற்றைக் காட்டிலும் அதிக

மாகச் சில விஷயங்களிலிருந்து நம்மைத் திசைதிருப்பிவிட வழி செய்துவிடும் என்றும் நினைக்கிறேன். சந்தையின் பங்குகளுக்காக நடக்கும் போட்டி போன்ற சில செயல்பாடுகளின் மூலமாக, இந்த ஒட்டுமொத்த விவகாரத்தின்மேல் செயல்படும் ஒருவித **அமைப்பு ரீதியான ஊழலை** (இதை ஊழல் என்று சொல்லித் தான் தெரிய வேண்டுமா?) இந்தத் தனிநபர்கள் அளவிலான ஊழல் மறைத்துவிட முடியும் என்பதால் பிரச்சினை திசைதிருப்பப்பட்டு விடும். அதை நான் இங்கு பகுத்தாய விரும்புகிறேன்.

பலவித இயங்குமுறைகள் ஒன்றன்பின் ஒன்றாகத் தொடர்ந்து செயல்பட்டு, தரக்கேட்டை விளைவிக்கும் ஒருவித அடையாள வன் முறையை எப்படித் தொலைக்காட்சி செயல்படுத்துகிறது என்பதை அந்த இயங்குமுறைகளை எடுத்துக்காட்டுவதன் மூலம் விளக்க விரும்புகிறேன். அடையாள வன்முறை என்பது அதற்கு ஆளாகுபவர் கள் மட்டுமன்றி அதைக் கையாள்பவர்களும் மௌனமாக அதற்கு உடந்தையாக ஆகிவிடும் வன்முறை. அதற்கு உட்படுகிறோம் அல் லது அதைக் கையாளுகிறோம் என்ற பிரக்ஞையே இல்லாமல் இரு சாராரும் இருக்கிறார்கள் என்பதும் இதில் அடங்கும். மற்ற அறிவியல் துறைகளைப் போலவே சமூகவியலின் பணியும் இதுவரை புலப் படாததைக் கண்டுபிடித்துக் காட்டுவதுதான்; அவ்வாறு செய்வதால், சமூக உறவுகளின் மேல், குறிப்பாக ஊடகங்களின் தகவல்தொடர்பு உறவுகளின் மேல், செலுத்தப்படும் அடையாள வன்முறையை முடிந்த அளவு குறைப்பதற்கு உதவ முடியும்.

மிக எளிதான ஒன்றை எடுத்துக்கொள்வோம்: பரபரப்பை நம்பி யிருக்கும் பத்திரிகைகளின் பிரதான மேய்ச்சல் நிலமான **துணுக்குச் செய்திகளும்** இரத்தமும் பாலியலும் திடுக்கிடும் நிகழ்வுகளும் குற் றங்களும் எப்போதுமே நன்றாக விலைபோயிருக்கின்றன. தொலைக் காட்சிப் பார்வையாளர் கணிப்பின் ஆதிக்கம் மேலோங்கியிருக்கும் சூழலில் இது போன்ற விஷயங்கள் தினசரிச் செய்தித் தொகுப்பில் முதலிடம் பெறுகின்றன. தொலைக்காட்சிக்கு முன்னுதாரணமாக இருந்த தரமான அச்சு ஊடகத்தின் கண்ணிய உணர்வு இந்தச் சூழ லுக்கு முன்வரை இதுபோன்ற செய்திகளை ஒதுக்கிவைத்தோ, பின் தள்ளிவைத்தோதான் இருந்துவந்திருக்கிறது. ஆனால், துணுக்குச் செய்திகள் திசைதிருப்பும் செய்திகளாகவும் இருக்கின்றன. செப்படி வித்தைக்காரர்களுக்கு அடிப்படையான விதி ஒன்று இருக்கிறது: அதாவது, தாங்கள் எதைச் செய்கிறார்களோ அதிலிருந்து பார்வை யாளர்களின் கவனத்தைத் திருப்புவது. தொலைக்காட்சியின் அடை யாளச் செயல்பாட்டின் ஒரு பகுதி, உதாரணமாக, செய்திகளை

எடுத்துக்கொண்டால், எல்லாருக்கும் முக்கியமானதுபோல் இருக்கும் விஷயங்கள்மீது கவனத்தைத் திருப்புவது. இவற்றை **ஆம்னிபஸ்** தகவல்கள் என்று சொல்லலாம். எல்லாருக்கும் பொதுவாக இருக்கும் இந்த ஆம்னிபஸ் தகவல்கள் யாரையும் திடுக்கிடவைக்காதவை; இந்தத் தகவல்களால் எவருக்கும் இழப்பதற்கு எதுவும் இல்லை. இந்தத் தகவல்கள் யாரையும் கட்சிபிரிக்காதவை, எல்லோரும் ஒப்புக்கொள்ளும் தன்மை கொண்டவை. முக்கியமான எதையுமே தொட்டுவிடாத வகையில் அளிக்கப்பட்டாலும் எல்லோருக்கும் சுவாரஸ்யமானவை. துணுக்குச் செய்தி என்பது எளிமையான, அடிப்படையான ஒருவிதத் தகவல் சரக்கு. எவரையும் சங்கடப்படுத்தாமல், எல்லோருடைய ஆர்வத்தையும் தூண்டும் வகையில் இருப்பதாலும், வேறு எதையாவது சொல்வதற்குப் பயன்படக்கூடிய நேரத்தை அது எடுத்துக்கொள்வதாலும் துணுக்குச் செய்தி அனைவராலும் கவனிக்கப்பட வேண்டியதாகிறது. நேரம் என்பது தொலைக்காட்சியில் மிகமிக அரிதாகக் கிடைக்கப்பெறும் சரக்கு. இவ்வளவு பயனற்ற விஷயங்களைச் சொல்வதற்கு இவ்வளவு பொன்னான நிமிடங்களைச் செலவிடுவது ஏனென்றால், பொன்னான சில விஷயங்களை மறைக்கிற காரணத்தினாலேயே பயனற்ற இந்த விஷயங்கள் மிகவும் முக்கியமானவையாகின்றன என்பதால்தான். இதை நான் வலியுறுத்திச் சொல்வதன் காரணம், மக்களில் ஒரு கணிசமான விகிதத்தினர் எந்தவித நாளேட்டையுமே படிக்காதவர்களாக[2] இருப்பதுதான். தகவல்கள் பெறுவதற்கு ஒரே ஒரு மூலம் என்ற வகையில் தொலைக்காட்சிக்கு இவர்களுடைய உடலும் ஆன்மாவும் அர்ப்பணிக்கப்பட்டுவிடுகின்றன. மக்களின் பெரும் பகுதியினரின் மூளையை உருவமைப்பதில் தொலைக்காட்சிக்கு ஒருவித ஏகபோக அதிகாரம் இருக்கிறது. ஆக, துணுக்குச் செய்திகளின் மீது கவனத்தை ஈர்ப்பதன் மூலமும், ஒன்றுமே இல்லாத அல்லது கிட்டத்தட்ட ஒன்றுமே இல்லாத விஷயங்களைக் கொண்டு கிடைப்பதற்கு அரிய நேரத்தை நிரப்புவதன் மூலமும், குடிமக்கள் தங்களது ஜனநாயக உரிமைகளைச் செயல்படுத்தத் தேவையான தகவல்களைப் பெறுவதிலிருந்து விலக்கப்படுகிறார்கள். இதனால், தகவல்களைப் பொறுத்தவரை சமூகம் ஒரு பிளவை நோக்கி இட்டுச் செல்லப்படுகிறது: ஆழ்ந்த அக்கறை உள்ள பத்திரிகைகளை—அதாவது, தொலைக்காட்சியுடன் போட்டி என்ற சூழல் இருப்பதால் உண்மையில் அக்கறை உள்ளவையாகக் கருதக்கூடியவை என்று வைத்துக்கொண்டால்—படிப்பவர்களும், பன்னாட்டுத் தினசரிகளைப் படிக்கும் வாய்ப்பைப் பெற்றிருப்பவர்களும், அயல்மொழிகளில் வானொலி நிகழ்ச்சிகளைக் கேட்பவர்களும் ஒருபுறமும், அர

சியல் அறிவைப் பொறுத்தமட்டில் முழுக்கமுழுக்கத் தொலைக் காட்சியிலிருந்து மட்டுமே தகவல்களை (கிட்டத்தட்ட பயனற்ற தகவல்களை) பெறுபவர்கள் மறுபுறமும் என்று பிளவுபடுவது. சின் னத்திரையில் நேரடியாகத் தோன்றும் பரிச்சயமான ஆண்கள், பெண் களின் முகங்கள், முக பாவங்கள் என்று, பண்பாட்டுப் பாமரர்கள் கூட எளிதில் புரிந்துகொள்ளக்கூடிய விதத்தில் பெறும் தகவல்க ளைத் தவிர—அரசியல்வாதிகளிடமிருந்து இவர்களை விலக்கியே வைக்க உதவும் தகவல்களைத் தவிர—வேறு எதுவுமே பெறாதவர்கள் இரண்டாம் பிரிவில் அடங்குவர்.

காட்டுவதின் மூலம் மறைப்பது

இதுவரை நிதர்சனமான விஷயங்களைப் பற்றிப் பேசினேன். இப்போது, அவ்வளவு தெளிவாகப் புலனாகாததை நோக்கிச் சென்று, மிகவும் விந்தையான வகையில், ஒன்றைக் காட்டுவதின் மூலமே தொலைக்காட்சியால் எப்படி அதை மறைக்க முடியும் என்பதையும், அதாவது, அது செய்ய வேண்டியதை—உதாரணமாக, தகவல் அளிப் பதை—செய்தால் எதைக் காட்ட வேண்டியிருக்குமோ அதை விட்டு விட்டு வேறு ஒன்றைக் காட்டுவதன் மூலம் எப்படி, காட்ட வேண்டி யதை மறைக்க முடியும் என்பதையும் சொல்ல ஆசைப்படுகிறேன். இன்னும் சொல்லப்போனால், காட்டப்பட வேண்டியதையே காட்டு வதுபோல் இருந்தாலும், அதைக் காட்டும் விதத்தில் அது காட்டப் படாமலேயே போய்விடுகிறது அல்லது அது முக்கியத்துவமற்றதாக ஆக்கப்பட்டோ அல்லது அந்தத் தகவல் அமைக்கப்பட்டிருக்கும் விதத்தில் யதார்த்தத்துக்குப் புறம்பான ஒரு அர்த்தம் அதற்குக் கற் பிக்கப்பட்டோ விடுகிறது.

இதுபற்றிப் பேசுகையில், பாட்ரிக் ஷாம்பாய்னின் *(Patrick Champagne)* ஆய்வுப் பணிகளிலிருந்து இரண்டு உதாரணங்களை எடுத்துக்கொள்கிறேன். 'உலகின் ஏழ்மை' என்ற புத்தகத்தில் 'புற நகர்ப் பகுதி நிகழ்வுகள்'[3] என்று சொல்லப்படும் நிகழ்வுகள் ஊடகங் களால் எப்படிச் சித்தரிக்கப்படுகின்றன என்பது குறித்து ஒரு அத்தி யாயத்தையே எழுதியிருக்கிறார். இதழாளர்கள் தங்கள் துறைக்கே உரித்தான இயல்பான தன்மைகளினாலும், உலகைப் பற்றிய அவர் களின் பார்வையினாலும், அவர்கள் பெற்ற பயிற்சியினாலும், அவர் களுடைய விருப்பு-வெறுப்புகளினாலும் மட்டுமன்றி, அவர்க ளுடைய தொழிலின் தர்க்க நியதிகளாலும் ஈர்க்கப்பட்டு, தனித்த விசேஷத்தன்மை கொண்ட புறநகர்ப் பகுதி வாழ்க்கை என்ற

யதார்த்த உலகிலிருந்து தங்களுக்கே உரித்தான பல கண்ணோட்ட வகைகளில் முற்றிலும் தனித்தன்மை வாய்ந்த ஒரு அம்சத்தை மட்டும் எப்படித் தேர்ந்தெடுக்கிறார்கள் என்பதை விளக்குகிறார். எதைப் பார்க்கிறோம், எதைப் பார்ப்பதில்லை என்பதை முடிவு செய்து, பார்க்கப்படுவதைத் தீர்மானிக்கும், கண்ணுக்குப் புலப்படாத அமைப்புகளான இந்தக் கண்ணோட்ட வகைகள் என்கிற கருத்தை விளக்கப் பேராசிரியர்கள் எல்லாரும் பொதுவாகக் கையாளும் உருவகம்: மூக்குக்கண்ணாடிகள். இந்தக் கண்ணோட்ட வகைகள் நமது கல்வி, வரலாறு இவற்றிலிருந்து தோன்றியவை. தங்களிடமுள்ள விசேஷ 'மூக்குக்கண்ணாடிகள்' மூலம் இதழாளர்கள் சிலவற்றைப் பார்ப்பார்கள், பிறவற்றைப் பார்க்க மாட்டார்கள்; பார்ப்பவற்றைக்கூட ஒரு குறிப்பிட்ட விதத்தில்தான் பார்க்கும் ஒரு தேர்வைச்செய்து, தேர்வுசெய்யப்பட்டதிலிருந்து ஒரு கட்டுமான வேலையையும் இதழாளர்கள் செய்கிறார்கள்.

இந்தத் தேர்வின் அடிப்படை விதி என்னவென்றால் பரபரப்பான, மிகவும் பிரமிக்கவைக்கிற நிகழ்வுகளைத் தேடிக் கண்டுபிடிப்பதுதான். **மிகைப்படுத்துதல்** தொலைக்காட்சிக்கு இரண்டு விதங்களில் அவசியமாகிறது: பிம்பங்களைக் கொண்டு ஒரு நிகழ்வைக் காட்சியமைத்துக் காட்டுவது ஒரு விதம். இரண்டு, அதன் முக்கியத்துவம், தீவிரம், சோகமான அதன் நாடகத்தன்மை ஆகியவற்றை மிகைப்படுத்துவது. புறநகர்ப் பகுதிகளைப் பொறுத்தவரை சுவாரஸ்யமளிக்கக் கூடியது அங்கு நடக்கும் கலவரங்கள்தான். ஏற்கனவே, கலவரம் என்பதே ஒரு பெரிய சொல்... (சொற்களைக் குறித்தும் இதே போல ஆய்வுசெய்திருக்கிறார்கள். சாதாரண சொற்களைக் கொண்டு, 'நகர்ப்புற நடுத்தர வர்க்கத்தினரையோ', 'பாமர மக்களையோ' வாய்பிளக்கவைக்க முடியாது. அதற்கு அசாதாரணமான சொற்கள் அவசியம். குறிப்பாக, மிக வினோதமான முறையில், பிம்பங்களின் உலகம் சொற்களால் ஆக்கிரமிக்கப்பட்டிருக்கிறது. தலைப்பு இல்லையென்றால் புகைப்படம் ஒன்றுமே இல்லை; அதாவது, எதைப் படிக்க வேண்டும் என்று சொல்லும் தலைப்புகள்; அல்லது பெரும்பாலான சமயங்களில் எதை வேண்டுமானாலும் பார்க்கச்செய்யும் தலைப்புகள். பெயரிடுவதே ஒன்றைப் பார்க்கச் செய்வது, உருவாக்குவது, அதற்கு இருத்தல் அளிப்பதுதான் என்று நமக்குத் தெரியும். மேலும், சொற்கள் பேரழிவை ஏற்படுத்தக் கூடும்: ஸ்கார்ஃப்[4] என்பதை எப்படி வர்ணிக்கிறோம் என்பதுபோல— இஸ்லாமிய? இஸ்லாமியவாத? சாதாரணமாகத் தலையில் அணியும் துண்டுதான் அது, **வேறொன்றுமில்லை** என்று எடுத்துக்கொண்

டால்? தொலைக்காட்சியில் நிகழ்ச்சி அளிப்பவர்களின் **ஒவ்வொரு சொல்லையும்** விமர்சிக்க வேண்டும் என்று எனக்கு ஆவல் எழுகிறது. ஏனென்றால், தாங்கள் குறிப்பிடும் விஷயங்களின் சிக்கல்கள், தீவிரம் பற்றிச் சிறிதும் கவலைப்படாமலும், ஆயிரக்கணக்கான தொலைக் காட்சிப் பார்வையாளர்கள் முன்பு அவற்றைக் குறிப்பிடுவதால் தாங் கள் சந்திக்க வேண்டிய பொறுப்புகளைச் சற்றும் புரிந்துகொள்ளா மலும், தாங்கள் புரிந்துகொள்ளவில்லை என்பதைக்கூடப் புரிந்து கொள்ளாமலும் மேலோட்டமாக அவர்கள் பேசுகிறார்கள். ஏனென் றால், சொற்கள் பல காரியங்களைச் செய்யும்: மாயைகள், பயங் கள், மனப்பிராந்திகள் ஆகியவற்றை ஏற்படுத்தும்; அல்லது குறைந்த பட்சம், தவறான அர்த்தங்களைக் கொடுக்கும்.) மொத்தத்தில் இத ழாளர்கள் அசாதாரணமான விஷயங்களில், அசாதாரணம் என்று **தங்களுக்குத்** தோன்றக்கூடியவற்றில் ஆர்வம் காட்டுகிறார்கள். மற்றவர்களுக்கு மிகச் சாதாரணமாக இருப்பவை இவர்களுக்கு அசாதாரணமாக இருக்கக் கூடும்; அல்லது மாறியும் இருக்கும். இவர் கள் நாட்டம் கொள்வது அசாதாரணமானவற்றில்; சாதாரணத்தி லிருந்து பிரிந்து விலகியிருப்பவற்றில்; தினசரி வழக்கமான நிகழ் வாக இல்லாதவற்றில். நாளேடுகள் அன்றாட விஷயங்களுக்கு அப்பால் நாள்தோறும் ஏதாவது கொடுத்துக்கொண்டே இருக்க வேண்டுமென்றால் அது எளிதல்ல. ஆகவேதான், சாதாரண அசா தாரணங்களுக்கு, அதாவது, சாதாரண எதிர்பார்ப்புகள் எதிர்பார்க் கும் தீ விபத்துகள், வெள்ளம், கொலை, துணுக்குச் செய்திகள் போன்றவற்றுக்கு நாளேடுகள் முக்கியத்துவம் அளிக்கின்றன. ஆனால், அசாதாரணம் என்பது, மற்ற நாளேடுகளுடன் ஒப்பிடுகையில் சாதா ரணமாக இல்லாததும், அப்படி இல்லாதவை மட்டுமேயாகும். சாதா ரணத்திலிருந்து மாறுபட்டிருப்பது, மற்ற நாளேடுகள் வழக்கமாகச் சொல்வதிலிருந்து அல்லது சாதாரண விஷயங்களைப் பற்றிச் சொல்வ திலிருந்து மாறுபட்டு இருப்பதுவேயாகும். இது ஒரு கடுமையான தளை: **எல்லோருக்கும் முந்தி** *(scoop)* என்பது நிர்ப்பந்தப்படுத்தும் தளை. ஏதாவதொன்றைத் தாங்கள்தான் முதலில் பார்த்தோம், முத லில் பார்க்கச்செய்தோம் என்று இருக்க வேண்டும் என்பதற்காகவே கிட்டத்தட்ட எதை வேண்டுமானாலும் செய்யத் தயாராக இத ழாளர்கள் இருக்கிறார்கள். மற்றவர்களை முந்திக்கொள்ள வேண்டும் என்பதற்காகவோ அவர்கள் செய்வதற்கு முன் செய்துவிட வேண் டும் என்பதற்காகவோ அல்லது அவர்களிடமிருந்து மாறுபட்டு வேறு விதமாகச் செய்ய வேண்டும் என்பதற்காகவோ ஒருவரையொருவர் காப்பியடிப்பதால், எல்லோரும் முடிவில் ஒரே மாதிரியாகத்தான்

செய்கிறார்கள். மேலும், மற்ற களங்களில் அசலானதான, தனித் தன்மை வாய்ந்தவற்றை உருவாக்குகிற புதியதற்கான தேடல் என்ற செயல் இங்கு எல்லாவற்றையும் ஒரே சமமாக்கி, மிகச் சாதாரணமாக ஆக்கிவிடுவதில் போய் முடிகிறது.

அசாதாரணத்தை இப்படி உள்நோக்கத்துடன் தீவிரமாகத் தேடிப் போவதால் நேரடியான அரசியல் உத்தரவுகளினாலோ அல்லது விலக்கிவைக்கப்பட்டுவிடுவோம் என்ற பயத்தினால் உந்தப்பட்டு மேற்கொள்ளும் சுயதணிக்கைகளினாலோ ஏற்படும் அதே அளவுக்கு அரசியல் ரீதியான விளைவுகள் ஏற்படக்கூடும். தொலைக்காட்சியில் காட்டப்பட்டுவிட்ட காட்சி என்ற இந்தத் தனிப்பெரும் சக்தியை வைத்துக்கொண்டு இதழாளர்களால் உருவாக்க முடியும் விளைவு களுக்கு இணையாக வேறு எதுவும் இல்லை. யாருக்குமே, குறிப்பாக மற்றவர்களைவிட இன்னும் குறைந்த அளவில் இதழாளர்களுக்கு, புறநகர்ப் பகுதியின் உப்புச்சப்பற்ற, அழுதுவடியும் அன்றாடக் காட்சிகள் புதிதாக ஒன்றும் சொல்வதில்லை, எந்த ஆர்வத்தையும் தூண்டுவதில்லை. ஆனால், புறநகர்ப் பகுதிகளில் உண்மையில் என்ன நடக்கிறது என்பதில் அவர்கள் அக்கறைகொண்டாலும், உண்மையிலேயே அதை அவர்கள் காண்பிக்க விரும்பினாலும், அது மிகவும் கடினமாகவேதான் இருக்கும். புறநகர்ப் பகுதிகளின் உண்மை நிலையை உணரச்செய்வதைவிடக் கடினமானது எதுவும் இல்லை. ஃப்லோபெர் *(Flaubert)* அடிக்கடி சொல்வார்: “சாமானியமானதைச் சரியாகச் சித்தரிக்க வேண்டியது அவசியம்.” சமூகவியலாளர்கள் எதிர்கொள்வதும் இதே பிரச்சினைதான்: சாதாரணமானவற்றை அசாதாரணமாக்குவது; சாமானியத்தை விவரிக்கும் விதத்திலேயே அது எந்த அளவுக்கு அசாதாரணமாக இருக்கிறது என்று மக்களைப் பார்க்கச்செய்வது.

தொலைக்காட்சியை அன்றாடம் பார்ப்பதில் பொதிந்துகிடக்கும் அரசியல் ரீதியிலான அபாயங்கள் எதனால் ஏற்படுகின்றன என்றால், திரையில் தோன்றும் காட்சிக்கு இலக்கிய விமர்சகர்கள் குறிப்பிடும் **யதார்த்தத் தன்மையை உண்டுபண்ணும் விசேஷத் திறன்** உண்டு என்பதால்தான். ஒன்றைப் பார்க்கச் செய்து, தான் பார்க்கச் செய்ததை நம்பவைக்கும் தன்மை. மனக்கண்முன் நிறுத்தும் இந்தச் சக்திக்கு அணிதிரட்டும் ஆற்றல்கள் உண்டு. கருத்துகள், அவற்றின் வடிவாக்கங்கள் தவிர, சில குழுக்களையும் இருத்தல் பெறச்செய்ய இந்தச் சக்தியினால் முடியும். இனவெறி, வேற்று நாட்டவரை வெறுப்பது, வெளி தேசத்தவரிடம் பயம்-வெறுப்பு போன்ற, பெரும்

பாலும் எதிர்மறையான தீவிர உணர்ச்சிகளை உசுப்பிவிடுவதற்குச் சாதகமான, தார்மீக, அரசியல் உள்அர்த்தங்கள் சாதாரணத் துணுக்குச் செய்திகளிலும், அன்றாட நிகழ்வுகளிலும், விபத்துகளிலும் செறிந்திருக்க வாய்ப்பு உண்டு. வெறும் செய்தி விவரணை, செய்திகளைச் சேகரித்து அளிக்கும் செயல், **நிருபர்** என்ற முறையில் **பதிவு செய்வது** சமூக ரீதியில் யதார்த்தத்தைக் கட்டுமானம் செய்கின்றன. இவை எல்லாமே அணி திரட்டுவது (அல்லது கலைத்துவிடுவது) ஆகிய சமூக விளைவுகளை ஏற்படுத்த முடியும்.

பாட்ரிக் ஷாம்பாய்னிடமிருந்து நான் எடுத்துக்கொள்ளும் இன்னுமொரு உதாரணம், 1986இல் நடந்த பள்ளிச் சிறுவர்களின் வேலைநிறுத்தம்.[5] இதில், இதழாளர்கள் தங்களுடைய ஆர்வங்கள்—அதாவது, அவர்களை ஆர்வம் கொள்ளச்செய்யும் விஷயங்கள்—விருப்பு-வெறுப்புகள், பலதரப்பட்ட பார்வைகள், மதிப்பீடுகள், தங்களை அறியாமலேயே இடம்கொடுத்த எதிர்பார்ப்புகள் ஆகியவற்றினால் இழுத்துச்செல்லப்பட்டார்கள். இப்படி நடப்பதன் மூலம் இதழாளர்கள் என்னதான் நல்லெண்ணத்துடனும் வெகுளித்தனத்துடனும் இருந்தாலும், யதார்த்தம் போன்ற தோற்றங்களையும், யதார்த்தத்தில் இல்லாத சில தன்மைகளையும், யாருமே விரும்பாததையும் சில சமயங்களில் பெரும் சேதங்களை உண்டாக்கும் விளைவுகளையும் அவர்கள் எப்படி ஏற்படுத்தக்கூடும் என்பதைப் பார்க்க முடிகிறது. பிரான்ஸின் 1968 மே மாத நிகழ்வுகளும்,[6] 'மற்றொரு 1968'ஐத் தவற விட்டுவிடுவோமோ என்கிற பயமும் இதழாளர்கள் மனங்களை ஆக்கிரமித்துக்கொண்டிருந்தன. தங்கள் செயலைப் பற்றிப் பிரமாதமாக ஒன்றும் சொல்லத் தெரியாத, அரசியலில் ஈடுபடுத்தப்படாத விடலைச் சிறுவர்கள் பற்றிய விவகாரம்தான் அந்த வேலைநிறுத்தம். ஆனாலும், அந்தச் சிறுவர்களிடையே (மற்றவர்களைக் காட்டிலும் அரசியல் ஈடுபாடு அதிகம் கொண்ட) பிரதிநிதிகளை உருவாக்கி, அவர்களுக்கு மிக முக்கியத்துவம் அளிக்கப்பட்டதால் அவர்களும் தங்களை முக்கியமானவர்களாகக் கருதிக்கொண்டு விட்டார்கள். ஆக, நிகழ்வுகளைப் பதிவுசெய்யும் ஒரு கருவியாகத் தன்னை அறிவித்துக்கொள்ளும் தொலைக்காட்சி சிறிதுசிறிதாக, யதார்த்தத்தை உருவாக்கும் கருவியாக ஆகிவிடுகிறது. சமூக வாழ்க்கை தொலைக்காட்சியால்தான் விவரிக்கப்பட்டு-பரிந்துரைக்கப்படுகிறது. நாம் மேலும்மேலும் எந்தப் பிரபஞ்சங்களை நோக்கிச் சென்றுகொண்டிருக்கிறோமோ, அங்கு சமூக, அரசியல் இருத்தலுக்கு அனுமதி அளிக்கும் நடுவராகத் தொலைக்காட்சி ஆகிவிடுகிறது. உதாரணத்துக்கு, 50 வயதில் ஓய்வுபெறும் உரிமைக்காக நான்

போராட விரும்புகிறேன் என்று வைத்துக்கொள்வோம். சில வருடங் களுக்கு முன்புவரையில் கோரிக்கை அட்டைகளை ஏந்தி, அணி வகுத்துச் சென்று, தேசியக் கல்வி அமைச்சரகத்துக்குமுன் போராட் டம் நடத்தியிருப்பேன்; இன்றோ—நான் மிகைப்படுத்தவில்லை— சாமர்த்தியமான ஒரு தகவல் ஆலோசகரை அணுகியாக வேண்டும். ஊடகங்களின் பார்வைக்காக, அவற்றைக் கவரக்கூடிய சிலவற்றை— வேஷங்களோ முகமூடிகளோ—செய்தாக வேண்டும். இறுதியில், 50,000 பேர்கள் கொண்ட போராட்டம் ஏற்படுத்துவதிலிருந்து அதி கம் விலகியிராத அதே விளைவு தொலைக்காட்சி மூலம் கிடைத்து விடுகிறது.

அன்றாட விவகாரங்கள் என்ற அளவிலாகட்டும், உலக அளவி லாகட்டும், உலகத்தைப் பற்றிய கண்ணோட்டம் குறித்த சில கருத்து களைத் திணிக்கும் திறன், அரசியல் போராட்டங்களில் வைக்கப் படும் பணயங்களில் ஒன்று. இளைஞர்கள்-முதியவர்கள், வெளி நாட்டவர்கள்-பிரெஞ்சுக்காரர்கள் போன்ற பிரிவுகளைச் சார்ந்து மக்கள் தங்கள் உலகை எப்படிப் பார்க்கிறார்களோ அதற்குரிய கண் ணாடிகளை இந்தத் திறன் அவர்கள்மீது திணிக்கிறது. இந்தப் பிரிவு களை ஏற்படுத்துவதன் மூலம், தங்களுக்குள்ளேயே அணிதிரட்டிக் கொள்ளும் குழுக்கள் உண்டாக்கப்பட்டு, அதன் மூலம் அக்குழுக்கள் தங்கள் இருத்தலை மற்றவர்கள் ஒப்புக்கொள்ளும்படி செய்து, நெருக் கடி உண்டாக்கி, சில சலுகைகளைப் பெற முடிகிறது. இன்று, இது போன்ற போராட்டங்களில், தொலைக்காட்சி ஒரு திட்டவட்ட மான பங்குவகிக்கிறது. தொலைக்காட்சியைக் கணக்கிலெடுத்துக் கொள்ளாமல் வெறும் பேரணியை நடத்தினால் போதும் என்று இன்னமும் நம்பிக்கொண்டிருப்பவர்கள் தங்கள் முயற்சியில் தோற்று விடும் அபாயத்தில் இருக்கிறார்கள்: இப்போதெல்லாம், தொலைக் காட்சிகளுக்காக மேலும்மேலும் பேரணிகள் நடத்தப்பட வேண் டும். அதாவது, தொலைக்காட்சியினரின் கண்ணோட்டப் பிரிவு களுக்கு ஏற்றவாறு அவர்கள் ஆர்வம்கொள்ளும் வகையில் அமைந்த பேரணிகள்; அவர்களால் அஞ்சல்செய்யப்பட்டு, பெரிதுபடுத்தப் படுவதனால் முழுமையான பயனைத் தரக்கூடிய பேரணிகள்.

வட்டப் பாதையில் சுற்றிவரும் தகவல்

இந்தச் செயல்பாடுகளுக்கெல்லாம் காரணமானவர்கள் இத ழாளர்கள்தான் என்பதுபோல நான் இதுவரை பேசினேன். ஆனால், இவர்தான் இதழாளர் என்று ஸ்தூலமாக ஒருவரைச் சுட்டிக்காட்ட

முடியாது, அப்படி ஒருவரும் இல்லை. உண்மையில் இருப்பவர்களெல்லாம் வயது, பால், கல்வித் தகுதி, பத்திரிகை, 'ஊடகம்' என்ற அடிப்படைகளை ஒட்டி இருக்கும் பலவகைப்பட்டவர்களே. இவர்களின் உலகம் சச்சரவுகள், போட்டிகள், பகைமைகளினால் பிளவுபட்டிருக்கும் உலகம். இருந்தபோதிலும், என்னுடைய பகுப்பாய்வு சரியானதே. ஏனென்றால், இதழாளர்களின் தயாரிப்புகள் எல்லாம் நாம் நினைப்பதைவிடப் பெருமளவில் ஒரே ரகமாகவே இருக்கின்றன என்பதே என் கருத்து. செய்திகளின் மூலங்களும், வேறு பல இயங்குமுறைகளும், முக்கியமாக, போட்டிக்கென்றே உரித்தான நியதிகளின் இயங்குமுறைகளும், சேர்ந்து திணிக்கும் கட்டுப்பாடுகளினால் ஏற்படும் ஆழமான ஒற்றுமைகளைப் பத்திரிகைகளின் அரசியல் சாயத்தைப் பெரிதும் சார்ந்த (இப்போதெல்லாம் அவை சாயங்களை அழித்துக்கொள்ள முயல்கின்றன என்பதை ஒப்புக்கொண்டாலும்), மிகவும் வெளிப்படையாகத் தெரியும் வேறுபாடுகள் மறைத்துவிடுகின்றன. ஏகபோகம் ஒருபடித் தாக்கிச் சீராக்குகிறது என்றும், போட்டாபோட்டி பல்வகைப்படுத்துகிறது என்றும் தாராளமயக் கோட்பாடு என்கிற பெயரில் வழக்கமாகச் சொல்லப்படுகிறது. பார்க்கப்போனால், போட்டி என்ற கருத்துடன் எனக்கு எந்த விரோதமும் இல்லை. ஆனால், ஒரேவிதமான கட்டுப்பாடுகளுக்கும், ஒரேவிதமான பார்வையாளர் கணிப்புகளுக்கும், ஒரேவிதமான அறிவிப்பாளர்களுக்கும் அடிபணியும் பத்திரிகைகள், இதழாளர்கள் (எவ்வளவு சுலபமாக இவர்கள் ஒரு பத்திரிகைக்கும் இன்னொன்றுக்கும் போய்வந்துகொண்டிருக்கிறார்கள் என்பதைப் பார்த்தாலே போதும்) ஆகியோரிடையே செயல்படும்போது, இதே போட்டி ஒருபடித்தாக்கும் வேலையை எப்படிச் செய்கிறது என்பதைப் பார்க்கிறேன். வெளிவருகிற பிரெஞ்சு வாரப் பத்திரிகைகளின் அட்டைப் படங்களைப் பதினைந்து நாட்கள் கழித்து ஒப்பிட்டுப் பாருங்கள்: கிட்டத்தட்ட அவை எல்லாமே ஒரே தலைப்புடன் இருக்கும். அதே போன்று, மிகப் பெரிய அளவில் ஒளிபரப்பப்படும் அல்லது ஒலிபரப்பப்படும் நிகழ்ச்சிகளைப் பொறுத்தவரை, மிக நன்றாக இருந்தாலும் சரி, மிக மோசமாக இருந்தாலும் சரி, செய்திகளின் வரிசைக் கிரமம் மட்டும்தான் மாறுகிறது.

தொலைக்காட்சி நிகழ்ச்சித் தயாரிப்பு ஒரு கூட்டுமுயற்சி என்பதும் ஒரு விதத்தில் இதற்குக் காரணம். திரைப்படங்களைப் பொறுத்தவரை, படைப்புகள் கூட்டுமுயற்சியில் உருவானவை என்பதைப் பெயர்ப் பட்டியல் மூலம் அறியலாம். ஆனால், தொலைக்காட்சிகளில் ஒளிபரப்பப்படும் தகவல்களின் தயாரிப்பு அவற்றைத் தொகுத்து

அளிப்பவர்களின் குழுவுடன் நின்றுவிடுவதில்லை; ஒட்டுமொத்தமாக எல்லா இதழாளர்களையும் தன்னுடன் சேர்த்துக்கொள்கிறது. "இந்தச் சொல்லாடலின் ஆசிரியர் யார்?" என்கிற கேள்வி எப்போதும் எழுகிறது. நாம் சொல்லும் விஷயத்தைச் சொல்வதே நாம்தானா என்பதில் ஒருபோதும் நாம் நிச்சயமாக இருப்பதில்லை. நாம் நினைத்துக்கொண்டிருப்பதைவிட மிகவும் குறைவாகவே அசலான, புதிதான விஷயங்களை நாம் சொல்கிறோம். ஆனால், கூட்டுமுயற்சியின் கட்டுப்பாடுகள் மிகவும் வலுவாக இருக்கிற சூழலில் ஒரு செயலை, உதாரணமாக மற்றவர்களை முந்திக்கொள்ள வேண்டும் என்பதற்காகச் செய்யப்படும் செயலை—ஒவ்வொரு நிகழ்ச்சித் தயாரிப்பாளரும் மற்ற தயாரிப்பாளர்கள் களத்தில் இல்லாமலிருந்தால் எதைச் செய்திருக்க மாட்டார்களோ அதை—செய்ய வேண்டிய கட்டாயத்தை உருவாக்குகிற போட்டியின் கட்டுப்பாடுகளின் இடையே அசலாக எவரும் எதையும் சொல்வதில்லை என்பது தான் பெருமளவில் உண்மை. எல்லாரும் எல்லாப் பத்திரிகைகளையும் படிக்கிறார்கள் என்ற மனப்போக்கு இதழாளர்களுக்கு இருந்தாலும், அவர்கள் படிப்பதைப் போல அவ்வளவு பத்திரிகைகளை வேறு யாரும் படிப்பதில்லை. (முதலாவதாக, நிறைய பேர் நாளேடுகளையே படிப்பதில்லை என்பதையும், அடுத்தபடியாக, அப்படிப் படிப்பவர்களும் ஏதாவது ஒரு நாளேட்டைத்தான் படிக்கிறார்கள் என்பதையும் அவர்கள் மறந்துவிடுகிறார்கள். தொழில்முறையாளராக இருந்தால் அன்றி, ஒரே நாளில் ஒருவர் லெ மோந்த் (Le Monde), லெ ஃபிகாரோ (Le Figaro), லிபெராசியோன் (Libération)[7] ஆகிய மூன்றையும் படிப்பது அரிது.) இதழாளர்களுக்கு நாளேடுகளைப் படிப்பது என்பது தவிர்க்க முடியாத ஒரு பணி. நாளேடுகளின் திரட்டு[8] முக்கியமான ஒரு தொழில் கருவி. என்ன சொல்லப்போகிறோம் என்பதைத் தெரிந்துகொள்வதற்கு மற்றவர்கள் என்ன சொல்லியிருக்கிறார்கள் என்று தெரிந்துகொள்ள வேண்டியது அவசியம். இறுதியாக அளிக்கப்படும் தயாரிப்புகளின் ஒருபடித்தான தன்மைக்கு மூலகாரணமாகும் பல செயல்பாடுகளில் இது ஒன்று. லெ மோந்த் நாளேடு, உன்னதத்துக்காகவும் ஆழ்ந்த அக்கறைக்காகவும் தனக்கிருக்கும் பெயரைக் காப்பாற்றிக்கொள்வதுடன், தான் ஒதுங்கியிருப்பதைக் காட்டிக்கொள்வதற்காக மற்றவர்களிடமிருந்து ஓரளவு (அதுவும், TF1 சம்பந்தப்பட்டிருக்கும் பட்சத்தில் இன்னும் தீவிரமாகவே) தனித்திருக்க வேண்டும் என்ற நிலை இருந்தாலும், ஒரு நிகழ்வுக்கு லிபெராசியோன் முதலிடம் அளிக்கும்போது லெ மோந்த் அதைக் கண்டுகொள்ளாமல் இருக்க முடிவதில்லை. வெவ்

வேறு இதழாளர்கள் அகவயமாக இவ்வளவு முக்கியத்துவம் அளிக்கும் இந்தச் சிறு வித்தியாசங்கள் மிகப் பெரிய ஒற்றுமைகளை மறைத்துவிடுகின்றன. ஆசிரியர் குழுக்களில் மற்ற நாளேடுகளைப் பற்றிப் பேசுகையில், குறிப்பாக, ''அவர்கள் என்ன செய்திருக்க வேண்டும்'' என்றும், ''நாம் என்ன செய்யவில்லை'' என்றும் (''நாம் கோட்டை விட்டுவிட்டோம்!''), அவர்கள் ஒன்றைச் செய்திருக்கும் காரணத்தினால்—விவாதத்துக்கே இடமின்றி—நாமும் அப்படிச் செய்திருக்க வேண்டுமென்றெல்லாம் பேசுவதில் கணிசமான நேரத்தைக் கழிக்கிறார்கள். இலக்கிய, கலை, திரைப்பட விமர்சனத் துறையில் இது இன்னும் வெளிப்படையாகவே தெரிகிறது என்று கூடச் சொல்லலாம். ஒரு புத்தகத்தைப் பற்றி லிபெராசியோன் பத்திரிகையில் X என்ற ஒருவர் எழுதினால், அந்தப் புத்தகம் விஷயம் அற்றதாகவோ, எவ்வித முக்கியத்துவமும் இல்லாததாகவோ இருந்தாலும்கூட, Y என்ற மற்றொருவர் அதைப் பற்றி லெ மோந்தி லேயோ, நுவல் அப்செர்வாத்தரிலேயோ *(Nouvel Observateur)* எழுதியாக வேண்டும். இதுவே, எதிர்த்திசையிலும் நடக்கும். இதே போன்றுதான் ஊடகத்தின் மத்தியிலான வெற்றிகளும், (எப்பொழுதும் என்று இல்லாவிட்டாலும்) சில சமயங்களில் அதைச் சார்ந்த வர்த்தக ரீதியிலான வெற்றிகளும் அடையப்படுகின்றன. ஒருவரையொருவர் பரஸ்பரம் பிரதிபலித்துக்கொள்ளும் இவ்விதக் கண்ணாடி விளையாட்டு சிந்தனையைச் சிறைப்படுத்தும் ஒரு பயங்கரமான விளைவை ஏற்படுத்துகிறது. ஒருவருக்கொருவர் மற்ற பத்திரிகைகளைப் பரஸ்பரம் படித்துக்கொள்வதன் விளைவு குறித்துத் தொலைக்காட்சியினருடன் பேசுவதன் மூலம் உறுதியாகும் மற்றொரு உதாரணம்: தொலைக்காட்சியில் நண்பகல் செய்தித் தொகுப்பைத் தயாரிக்க வேண்டுமென்றால், அதற்கு முந்தைய இரவு 8 மணி தலைப்புச் செய்திகளையும், அன்றையக் காலை நாளேடுகளையும் படித்திருக்க வேண்டும்; இன்று மாலைச் செய்திகளின் தலைப்புகளைத் தயார்செய்ய நான் இன்று காலைப் பத்திரிகைகள் அனைத்தையும் படித்திருக்க வேண்டும். இந்தத் தொழிலில் பொதிந்துகிடக்கும் நிர்ப்பந்தங்களில் இது ஒன்று. எல்லோருடனும் சேர்ந்தும் இருக்க வேண்டும்; அதே சமயம், தொலைக்காட்சி நேயர்கள் முற்றிலும் கவனிக்காமல் விட்டுவிட்ட, ஆனால் இதழாளர்கள் பிரமாதமான முக்கியத் துவம் அளிக்கும், பெரும்பாலும் மிக நுணுக்கமான வித்தியாசங்கள் மூலம் வேறுபட்டுத் தனித்தும் இருக்க வேண்டும். (இதுவும் இந்தக் களம் தனக்கே உரித்தான விதத்தில் ஏற்படுத்தும் ஒரு விளைவு: அதாவது, போட்டியாளர்களுடனான உறவுகளை மனத்தில்கொண்டு,

போட்டியாளர்களின் விருப்பங்களை மேலும் நன்றாக அனுசரித்துப் போகும் ரீதியில் செய்வதாக நினைத்துக்கொண்டு சிலவற்றைச் செய் கிறார்கள்.) உதாரணமாக, இதழாளர்கள் தங்களிடையே—அவர்கள் சொல்வது போலவே சொல்கிறேன்—இப்படிச் சொல்லிக்கொள்வ துண்டு: "TF1ஐ ஓ***விட்டோம்"; அதாவது, அவர்கள் ஒரு வொருக்கொருவர் போட்டிபோட்டுக்கொண்டு இருக்கிறார்கள் என் றும், அவர்கள் முயற்சியில் ஒரு பெரும் பங்கு சிறுசிறு வித்தியாசங் களை உண்டாக்குவதிலேயே கழிகிறதென்றும் ஒருவிதத்தில் பறை சாற்றுவது. "TF1ஐ ஓ***விட்டோம்" என்பதன் அர்த்தம்: புல னுணர்வு ரீதியில் மிகச் சிறிய, ஆனால் மிக முக்கியமான வகை யில் நாங்கள் வேறுபட்டிருக்கிறோம்; "அவர்களுக்குக் காட்சியில் ஒலியைக் கொண்டுவர முடியவில்லை, ஆனால் நாம் கொண்டு வந்துவிட்டோம்." அதாவது, பல அலைவரிசைகளை ஒரே சமயத் தில் பார்த்தாலொழிய சராசரிப் பார்வையாளருக்குச் சற்றும் புலப் படாத வித்தியாசங்கள்; பார்வையாளர் கவனத்துக்கு முற்றிலும் வராத வித்தியாசங்கள் தயாரிப்பாளர்கள் கண்ணோட்டத்தில் பெரும் முக்கியத்துவம் பெறுகின்றன. தயாரிப்பாளர்களைப் பொறுத்தவரை, இந்த வித்தியாசங்கள் கவனிக்கப்பட்டுவிட்டால், அவர்களுடைய பிரக்ஞைமீது ஆளுமை செலுத்தும், இந்த உலகத் தின் மறைந்திருக்கும் கடவுளான தொலைக்காட்சிப் பார்வையா ளர் கணிப்பில் வெற்றிபெறலாம் என்றும், அதில் ஒரு புள்ளியை இழப்பதுகூடச் சில சந்தர்ப்பங்களில் சாவுதான், வேறு எதுவும் இல்லை என்றும் அவர்கள் நினைக்கிறார்கள். நிகழ்ச்சிகளின் உள் ளடக்கத்துக்கும் அவை ஏற்படுத்துவதாகக் கருதப்படும் விளைவு களுக்கும் இடையே உள்ள உறவைப் பற்றிய, தவறு என்று நான் கருதும், சமன்பாடுகளில் இதுவும் ஒன்று.

தொலைக்காட்சியின் செயல்பாடுகள் குறித்துச் செய்யப்படும் தேர்வுகள், ஒருவகையில் அவற்றின் கர்த்தா இன்னார்தான் என்று சொல்லமுடியாதவை. ஒருவேளை கொஞ்சம் மிகைப்படுத்தப்பட் டிருக்கும் இந்தக் கூற்றை விளக்க, நான் ஏற்கனவே சுருக்கமாகக் குறிப்பிட்டிருக்கும், வட்டப் பாதையில் சுற்றிவரும் செயல்பாட்டின் தன்மைகளை நினைவுகூரப்போகிறேன்: தங்களுடைய இன்றைய நிலை மட்டுமன்றி, பிறப்பிடம், பெற்ற பயிற்சிகள் போன்ற விஷ யங்களில் பொதுத்தன்மை கொண்டிருக்கும் இதழாளர்கள், தாங்கள் எழுதுவதைப் பரஸ்பரம் படிக்கிறார்கள் என்பதும், ஒருவரையொரு வர் பார்த்துக்கொள்கிறார்கள் என்பதும், திரும்பத்திரும்ப அதே நபர்கள் பங்குகொள்ளும் விவாதங்களில் ஒருவரையொருவர் சந்

தித்துக்கொள்கிறார்கள் என்பதும் மூடப்பட்டுவிட்ட ஒரு சூழலை ஏற்படுத்துகிறது. அரசு நிர்வாகத்தின் தணிக்கையைப் போன்ற, அதிகாரபூர்வமான, அரசியல் சார்ந்த, திறன்மிக்கத் **தணிக்கையின்** குறுக்கீட்டைப் போன்ற—இன்னும் சொல்லப்போனால், அது பின்பற்றும் விதி கண்ணுக்குத் தெரியாமல் இருப்பதால் அதைவிடத் திறன்வாய்ந்த தணிக்கையின் குறுக்கீட்டைப் போன்ற—விளைவுகளை ஏற்படுத்துகிறது என்று தயங்காமல் சொல்லலாம். (இந்தத் தகவல் மீளாவட்டம் எவ்வளவு இறுக்கமாக இருக்கிறது என்பதைத் தெரிந்துகொள்ள வேண்டுமென்றால், அல்ஜீரியாவின் நிலவரம் பற்றியோ, பிரான்ஸ் நாட்டில் அந்நியரின் இடம்பற்றியோ நிகழ்ச்சியில் முன்கூட்டியே அறிவிக்கப்படாத ஒரு விஷயத்தை—மீளா வட்டத்தின் இறுக்கத்தை மீறிப் பொதுமக்கள் அனைவரிடமும் அது சென்று அடையும் வகையில்—அந்தத் தகவலுக்குள் நுழைக்க முயல வேண்டும். செய்தியாளர்கள் கூட்டத்தினாலோ, பத்திரிகை அறிக்கையினாலோ எந்தவிதப் பயனும் இல்லை. பகுத்தாய்வதோ அலுப்பூட்டுவதாக இருக்கிறது. எளிதில் விலைபோகும் ஒரு பிரபலமான பெயரில் எழுதிக் கையொப்பம் இடப்பட்டிருந்தாலே ஒழிய, ஒரு தகவலைப் பத்திரிகையில் இடம்பெறச் செய்வது சாத்தியம் இல்லை. இந்த வட்டத்துக்குள் நுழைய அதை வலுக்கட்டாயமாக உடைக்கும் செயலில் இறங்க வேண்டும்; இப்படி உடைப்பதை ஊடகம் மூலமாகத்தான் செய்ய முடியும். ஊடகங்களின், குறைந்தபட்சம் ஏதாவதொரு 'ஊடகத்தின்', கவனத்தை ஈர்க்கும் வகையில் ஒரு தடாலடி வேலையைச் செய்ய முடிந்தால், போட்டாபோட்டி விளைவால் அது அஞ்சல் செய்யப்பட்டுவிடும்.)

நமக்குத் தகவல் அளிக்கும் பொறுப்பை ஏற்றுக்கொண்டுள்ள இவர்களுக்கு எப்படித் தகவல்கள் வருகின்றன என்பதை—கொஞ்சம் வெகுளித்தனமாகத் தோன்றக்கூடிய கேள்வியை—யோசித்துப் பார்த்தால் பொதுவாக மற்ற தகவலாளிகளிடமிருந்து இவர்கள் தகவல்களைப் பெறுகிறார்கள் என்று தெரியும். *AFP*, செய்தி நிறுவனங்கள், (அமைச்சரகங்கள், காவல்துறை போன்ற) அதிகாரபூர்வமான தகவல்மூலங்கள் இருக்கவே செய்கின்றன என்பதும், அவற்றுடன் மிகச் சிக்கலான தகவல் பரிமாற்ற உறவுகளை இதழாளர்கள் கொள்ள வேண்டியிருக்கிறது என்பதும் தெரிந்ததே. ஆனால், அளிக்கப்பட வேண்டிய தகவல் எது, அதாவது எது முக்கியமென்றும், எது அறிவிக்கப்பட வேண்டிய தகுதி வாய்ந்தது என்றும் முடிவெடுக்க உதவும் அந்தத் **தகவலைப் பற்றிய தகவலை** முடிவு செய்யும் பங்கு பெருமளவில் மற்ற தகவலாளிகளிடமிருந்துதான்

வருகிறது. இது ஒரு விதத்தில் எல்லாவற்றையும் சமதளமாக்குவதற்கும், முக்கியத்துவத்தை அடிப்படையாகக் கொண்ட படிநிலைகளை ஒருபடித்தாக்குவதற்கும் இட்டுச்செல்கிறது. நிகழ்ச்சி இயக்குநர் ஒருவருடன் நான் மேற்கொண்ட உரையாடல் ஒன்று என் நினைவுக்கு வருகிறது: எல்லாமே தெரிந்த ஒரு நிச்சயத்தில் அவர் வாழ்ந்துகொண்டிருந்தார். ''ஏன் இதற்கு முதலிடமும் அதற்கு இரண்டாவது இடமும் கொடுக்கிறீர்கள்?'' என்று நான் அவரிடம் கேட்டேன். அவர் பதிலளித்தார்: ''இது எல்லோருக்கும் தெரிந்தது தானே.'' அவர் வகித்துவந்த பதவியை அவர் அடைந்ததற்கு இது ஒரு காரணமாக இருக்கலாம். அதாவது, அவருடைய கண்ணோட்டப் பிரிவுகள் அவருடைய அனுபவத்தின் நிர்ப்பந்தங்களைச் சார்ந்து இருந்தன. இதழியல் துறையின் உள்ளேயே பல மட்டங்களில் இயங்கும் பல விதமான இதழாளர்கள் தங்களுக்கு எது நிச்சயமாகத் தெரியும் என்று நம்பினார்களோ அதிலேயே மாறுபட்ட நிச்சய நிலைகளில் இருந்தார்கள். தொலைக்காட்சிப் பார்வையாளர் கணிப்பாளர்களுக்கு நிச்சயமாக இருப்பதைத் துறைக்குப் புதிதாக வந்திருக்கும் ஒரு கற்றுக்குட்டி—தான் ஒரு விஷயத்தை முன்மொழிந்தால், ''அது கொஞ்சம்கூட சுவாரஸ்யமில்லாதது'' என்ற பதிலையே எதிர்கொள்ளும் சிறு கற்றுக்குட்டி—இதழாளர் ஒப்புக்கொள்ள வேண்டிய அவசியமில்லை. இவர்களுடைய உலகம் ஒருபடித்தானது என்று நினைத்துக்கொள்ளக் கூடாது: சுற்றிச்சுற்றி வரும் தகவல் பரிமாற்றம் என்னும் மீளாவட்டம் உண்டாக்கியிருக்கும், ஒரு பிரம்மாண்டமான அண்டாவில் கொதித்துக்கொண்டிருக்கும் ஒருபடித்தான கூழில் சிறுசிறு வித்தியாசங்களைச் சேர்ப்பதற்குப் போராடும், அதே சமயம் தொலைக்காட்சிப் பார்வையாளர் கணிப்பின் நிர்ப்பந்தங்களுக்கு—அதை மறந்துவிடக் கூடாது பணிந்துபோகும் சிறியவர்கள், இளைஞர்கள், கவிழ்ப்பாளர்கள், தொல்லை அளிப்பவர்கள் எல்லோரும் இதில் அடங்குவார்கள். நிர்வாகப் பொறுப்பில் இருப்பவர்களும் தொலைக்காட்சிப் பார்வையாளர் கணிப்பின் கரங்களாகத்தான் இருக்கிறார்கள்.

தொலைக்காட்சிப் பார்வையாளர் கணிப்பு வெவ்வேறு அலைவரிசைகளின் பார்வையாளர் விகிதங்களை கணக்கிடுகிறது. (இப்போதெல்லாம், சில அலைவரிசைகளில் ஒவ்வொரு கால்மணி நேரத்துக்கும் இதைப் பதிவுசெய்யும் கருவிகளும், புதிதாக அறிமுகப்படுத்தப்பட்ட, துல்லியமாக்கும் முயற்சியின் பயனாகச் சமூகத்தின் பெரும் பிரிவுகள் ஒவ்வொன்றிலும் பார்வையாளர் விகிதங்களில் ஏற்படும் மாறுபாடுகளைப் பதிவுசெய்யும் கருவிகளும் வந்துவிட்டன.) ஆக,

எதுவெல்லாம் விலைபோகிறது, எதுவெல்லாம் விலைபோவ தில்லை என்று மிகத் துல்லியமாக அறிய முடிகிறது. இந்த அளவு கோல் இதழாளரின் இறுதியான தீர்ப்பாக ஆகிவிட்டது: லெ கனார் ஆன்ஷெனே *(Le Canard enchainé)*, லெ மோந்த் திப்லோமாத்திக் *(Le Monde Diplomatique)*[9] நீங்கலாக, நல்லெண்ணம் கொண்ட பொறுப்பற்ற சிலரால் நடத்தப்படும் சில தைரியமிக்க முன்னோ டிப் பத்திரிகைகள் நீங்கலாக, இதழியல் துறையின் உள்ளேயே மிகச் சுதந்திரமாக இயங்கக்கூடிய இடங்களிலும் தொலைக்காட்சிப் பார்வையாளர் கணிப்புதான் எல்லோருடைய மூளையிலும் இருந்துகொண்டிருக்கிறது. இன்று, பத்திரிகை ஆசிரியர் அறைகளி லும், பதிப்பகங்களிலும் ஒரு தொலைக்காட்சிப் பார்வையாளர் கணிப்புப் புத்தி நிலவுகிறது. முப்பது வருடங்களுக்கு முன்புவரை, அதுவும் 19ஆம் நூற்றாண்டின் மத்தியில் தொடங்கி, போத்லேர் *(Baudelaire)*, ஃப்லோபெர் *(Flaubert)* போன்றவர் காலம்முதல், தைரியமிக்க முன்னோடி எழுத்தாளர்கள், எழுத்தாளர்களாலேயே அங்கீகரிக்கப்பட்ட எழுத்தாளர்களின் எழுத்தாளர்கள் மத்தியில், இன்னும் சொல்லப்போனால், கலைஞர்களால் மதிக்கப்பட்ட கலை ஞர்கள் மத்தியில், உடனடி வர்த்தக வெற்றி என்பது சந்தேகத் துடன் பார்க்கப்பட்டது: தான் வாழும் காலத்துடனும் பணத்துட னும் சமரசம் செய்துகொண்டுவிட்டதன் அறிகுறியாக அது பார்க் கப்பட்டது. ஆனால் இன்றோ, நியாயப்படுத்தும் ஒரு நியாயமான நிறுவனம் என்ற அங்கீகாரம் வரவரச் சந்தைக்குக் கிடைத்துவிட்டது. அண்மையில் தோன்றியுள்ள பெஸ்ட் செல்லெர்ஸ் *(best sellers)* பட்டியல் என்கிற மற்றொரு ஏற்பாடும் இதை நன்றாக எடுத்துக் காட்டுகிறது. இன்று காலையில்கூட வானொலியில் சமீபத்திய பெஸ்ட் செல்லெர்ஸைப் பற்றிப் பேசிய ஒரு நிகழ்ச்சி அளிப்பவர், விஷயம் தெரிந்த மாதிரி சொல்லக் கேட்டேன்: “இந்த ஆண்டு தத்துவத்துக்குத்தான் அதிக மவுசு, ஏனென்றால், ‘சோபியின் உல கம்’ 8,00,000 பிரதிகள் விற்றிருக்கிறது.”[10] விற்பனை எண்ணிக் கையைத்தான் இறுதியான, அறுதியான முடிவாக, அவர் அளித்தார். தொலைக்காட்சிப் பார்வையாளர் கணிப்பு வழியாக, வர்த்தக உல கின் நியதிதான் பண்பாட்டுப் படைப்புகளின் மேல் ஆளுமை செலுத்துகிறது. வரலாற்று ரீதியாக நான் கணக்கிலெடுத்துக் கொள் ளும் பண்பாட்டுப் படைப்புகள் எல்லாம்—இதில் நான் மட்டும் தனியாக இல்லையென்று நினைக்கிறேன்—கணிதம், கவிதை, இலக் கியம், தத்துவச் சிந்தனை போன்ற, மனிதகுலத்தின் மிக உன்னத படைப்புகளாகப் பலரும் கருதும் படைப்புகள் எல்லாமே தொலைக்

காட்சிப் பார்வையாளர் கணிப்பு போன்றவற்றுக்கு எதிராக, வர்த்தக உலகின் நியதிகளுக்கு எதிராகத்தான் படைக்கப்பட்டிருக்கின்றன என்பதைத் தெரிந்துகொள்வது அவசியம். தைரியமிக்க முன்னோடிப் பதிப்பாளர்களிடமோ, விற்பனை வாய்ப்பைத் தேட ஆரம்பித்து விடும் அறிஞர்களடங்கிய நிறுவனங்களிடமோ இந்தத் தொலைக் காட்சிப் பார்வையாளர் கணிப்புப் புத்தி நுழைவதைப் பார்ப்பது மிகவும் கவலை அளிக்கிறது. ஏனென்றால், தங்களுக்கு என்று இருக் கும் வட்டத்தின் எதிர்பார்ப்புகளை நிறைவுசெய்யாமல் காலப்போக் கில் தங்களுக்கான வட்டத்தைத் தாங்களே உருவாக்கக்கூடிய படைப்புகளாக இருப்பதால், குறுங்குழுவுக்கான படைப்புகள் என்று தோன்றக் கூடியவை எந்த மாதிரி நிலைமைகளில் தயாரிக்கப்பட முடியும் என்ற பயம் எழுகிறது.

அவசரத் தேவையும் துரித சிந்தனையும் (*fast-thinking*)

தொலைக்காட்சியைப் பொறுத்தவரை, தொலைக்காட்சிப் பார்வையாளர் கணிப்பு மிக விசேஷமான ஒரு விளைவை ஏற் படுத்துகிறது: அவசரத் தேவை ஏற்படுத்தும் நெருக்கடியில் பார்வை யாளர் கணிப்பு தன்னை மீண்டும் காட்டிக்கொள்கிறது. பத்தி ரிகைகளிடையேயான போட்டி, பத்திரிகைகளுக்கும் தொலைக் காட்சிக்கும் இடையிலான போட்டி, தொலைக்காட்சி அலைவரிசை கள் இடையேயான போட்டி என்று மற்றவர்களை முந்திக் கொள்ள வேண்டும் என்பதற்காக, **எல்லோருக்கும் முந்தி** எனப் படும் பிரத்தியேக முதன்மைக்காக, கால அளவைச் சார்ந்த ஒரு போட்டி உருவாகிறது. உதாரணமாக, ஆலென் ஆக்கார்தோ (*Alain Accardo*) பல இதழாளர்களுடன் தான் நடத்திய நேர்காணல் களைக் குறிப்பிட்டுள்ள தனது புத்தகத்தில், போட்டித் தொலைக் காட்சி நிலையம் ஒன்று, ஒரு வெள்ளத்தை 'தொகுத்தளித்தால்' எப்படி எல்லாத் தொலைக்காட்சி இதழாளர்களும் மற்றவர் பார்க் காத ஏதாவதொன்றைப் பார்க்க முயலும் நோக்கத்தில், இந்த வெள்ளத்தைத் 'தொகுத்தளிக்க' உந்தப்படுகிறார்கள் என்று காட்டி யிருக்கிறார். சுருங்கச் சொன்னால், தொலைக்காட்சிப் பார்வையா ளர்கள்மேல் சில விஷயங்கள் திணிக்கப்படுகின்றன. ஏனென்றால், தயாரிப்பாளர்களுக்கு அவை கட்டாயம் ஆகிவிடுகின்றன; தயாரிப் பாளர்களுக்கு அவை ஏன் கட்டாயமாகிவிடுகின்றன என்றால், மற்ற தயாரிப்பாளர்களுடனான போட்டி அதை அவர்கள்மேல் திணிக்கிறது. இதழாளர்கள் ஒருவர்மேல் ஒருவர் சுமத்தும் இது

போன்ற நெருக்கடியின் அழுத்தம் தொடர்ச்சியாக சில விளைவு களை ஏற்படுத்துகிறது. எது தேர்ந்தெடுக்கப்பட்டிருக்கிறது, எது விடப்பட்டிருக்கிறது, எது சேர்க்கப்பட்டிருக்கிறது என்பதன் மூலம் இந்த விளைவுகள் வெளிப்படுகின்றன.

சிந்தனையின் வெளிப்பாட்டுக்குத் தொலைக்காட்சி சாதகமான தாக இருப்பதில்லை என்று நான் தொடக்கத்திலேயே சொன் னேன். சிந்திப்பதற்கும் அவசரத்துக்கும் இடையே எதிர்மறை யான ஒரு உறவைச் சுட்டிக்காட்டினேன். இது தத்துவார்த்தச் சொல்லாடல்களில் பழைய, பழகிப்போய்விட்ட கருத்து: கிரேக்க நாட்டில் நிறைய அவகாசம் இருந்த தத்துவஞானிக்கும், **அகோரா** எனப்படும் பொதுச் சதுக்கத்தில் அவசரஅவசரமாக ஓடிக்கொண் டிருக்கும் மனிதர்களுக்கும் இடையே இருந்ததாக பிளேட்டோ குறிப்பிட்ட முரண்பாடு. அவர் சொன்னது கிட்டத்தட்ட என்னவென்றால், அவசரத்திலிருக்கும் ஒருவரால் சிந்தித்துக்கொண் டிருக்க முடியாது. உண்மையில் இப்படிச் சொல்வதே சீமான்களின் மனப்பான்மை. எளிதில் ஓய்வு நேரம் கிடைக்கப்பெற்ற, வசதிகள் மிக்க ஒருவரின், தனக்கு அந்த வசதி எப்படி வந்தது என்பதைப் பற்றி அதிகம் நினைத்துப்பார்க்காத ஒருவரின் பார்வைக் கோணம் இது. ஆனால், இந்த அம்சத்தைப் பற்றி விவாதிக்கும் இடம் இது அல்ல; ஒன்று மட்டும் நிச்சயம்: சிந்திப்பதற்கும் காலத்துக்கும் இடையே ஒரு தொடர்பு இருக்கிறது. சிந்திப்பதற்கும் வேகத்துக் கும் இடையே உள்ள உறவுகள் பற்றிய பிரச்சினைதான் தொலைக் காட்சி முன்னிறுத்தும் பெரும் பிரச்சினைகளில் ஒன்று. வேகத்தில் ஒருவரால் சிந்திக்க முடியுமா? மிகத் துரித வேகத்தில் சிந்திக்கத் தெரிந்த சிந்தனையாளர்களைப் பேச அழைப்பதன் மூலம், துரித சிந்தனையாளர்களை *(fast-thinkers)*, ஒளியைவிட வேகமாகச் சிந் திக்கத் தெரிந்த சிந்தனையாளர்களை மட்டுமே நம்பியிருக்க வேண் டிய ஒரு மோசமான நிலைக்குத் தொலைக்காட்சி ஆளாகிறது இல்லையா?

ஆகவே, ஏன் இவை போன்ற விநோதமான நிபந்தனைகளுக்கு உட்பட அவர்களால் முடிகிறது என்றும், எவருமே சிந்திக்க முடி யாத சூழ்நிலைகளில் இவர்களால் எப்படிச் சிந்திக்க முடிகிறது என்றும் நாம் ஆராய்ந்தாக வேண்டும். இதற்கு விளக்கமாக எனக்குத் தோன்றுவது என்னவென்றால், அவர்கள் 'ஏற்றுக்கொள்ளப்பட்டு விட்ட கருத்துகள்' வாயிலாகச் சிந்திக்கிறார்கள். ஃப்லோபெர் சொல்லும் இந்த 'ஏற்றுக்கொள்ளப்பட்டுவிட்ட கருத்துகள்', எல்லா

ராலும் ஏற்றுக்கொள்ளப்பட்டுவிட்ட, சாதாரணமான, பழகிப் போய்விட்ட, பொதுவான கருத்துகள்; ஆனால் அதே சமயம் இந்தக் கருத்துகள் ஒருவரை அடையும்போது அவை ஏற்கனவே ஏற்றுக்கொள்ளப்பட்டுவிட்ட கருத்துகளாகவும் இருக்கின்றன. ஆகவே, அவற்றை ஏற்றுக்கொள்வதில் பிரச்சினை எதுவும் எழுவ தில்லை. ஒரு உரையோ, புத்தகமோ அல்லது தொலைக்காட்சி வழியே அளிக்கப்படும் செய்தியோ சரியான முறையில் ஏற்றுக் கொள்ளப்படுவதற்குத் தேவையானவற்றையெல்லாம் செய்தாகி விட்டதா என்பதுதான் தகவல் தொடர்பின் தலையாய பிரச்சினை; நான் சொல்லிக்கொண்டிருப்பதைத் தனக்குப் புரிந்த மொழியில் மாற்றிக்கொள்ளத் தேவையான சங்கேத மொழி கேட்பவரின் கைவசம் இருக்கிறதா? 'ஏற்றுக்கொள்ளப்பட்டுவிட்ட கருத்து' ஒன்றை நீங்கள் அளிக்கும்போது, அது நடந்து முடிந்துவிட்ட செயல் போலத்தான்; பிரச்சினை தீர்க்கப்பட்டுவிடுகிறது. இந்தத் தகவல் தொடர்பு ஒரு உடனடி நிகழ்வு; ஏனென்றால், ஒரு விதத் தில் பார்த்தால், அது தகவல் தொடர்பே இல்லை. அல்லது, தொடர்புபோல் தோன்றுவது மட்டுமே. அன்றாடப் பேச்சில் பெரும் பங்கு வகிக்கும் 'எல்லாருமே அறிந்த விஷயங்களில்' ஒரு நல்ல அம்சம் என்னவென்றால், எல்லாருமே அவற்றை ஏற்றுக் கொள்ள முடியும், அதுவும் உடனடியாக ஏற்றுக்கொள்ள முடியும்: அவற்றின் சாதாரணத் தன்மையினாலேயே, அளிப்பவருக்கும் ஏற்றுக்கொள்பவருக்கும் அவை பொதுவானவையாகிவிடுகின்றன. அதற்கு நேர்மாறாக சிந்தனையோ, அதன் வரையறையின் அடிப் படையில், இருப்பதைக் கவிழ்க்கும் நிகழ்வு: 'ஏற்றுக்கொள்ளப் பட்டுவிட்ட கருத்துகளை' கலைப்பதில் தொடங்கி, வேறு சிலவற்றை அது நிரூபிக்க வேண்டியிருக்கிறது. நிரூபணத்தைப் பற்றிப் பேசு கையில் தெகார்த் (Descartes) நீண்ட தர்க்கவாதத் தொடர்களைப் பற்றிப் பேசுகிறார். அதற்குக் கணிசமான நேரம் தேவைப்படுகிறது. 'ஆகவே', 'அதன் விளைவாக', 'இதைச் சொன்ன பிறகு', 'அப்படி யிருக்கையில்'... போன்ற இணைப்பு இடைச்சொற்கள் மூலம் கோக்கப்பட்ட வாக்கியங்களின் தொடரை அவிழ்த்துவிட வேண்டி யிருக்கிறது. ஆகவே, **சிந்திக்கும்** இந்தச் சிந்தனையின் பிரயோகம் இயல்பாகவே காலத்துடன் பிணைக்கப்பட்டிருக்கிறது.

இது போன்ற பண்பாட்டுத் **துரித உணவை** (fast-food), முன் கூட்டியே செரிக்கப்பட்ட, முன்கூட்டியே சிந்திக்கப்பட்ட பண் பாட்டு உணவை அளிக்கும் சில துரித சிந்தனையாளர்களையே தொலைக்காட்சியினர் ஆதரிக்கிறார்களென்றால், அதற்கான முக

வரிப் புத்தகம் ஒன்று அவர்களிடம் இருக்கிறது என்பது மட்டும் காரணமில்லை. (இது அவசரத் தேவைக்கு அடிபணிவதில் ஒரு அம்சமும்கூட.) இந்த முகவரிப் புத்தகம் ஒருபோதும் மாறுவ தில்லை. (ரஷியாவைப் பற்றிப் பேச வேண்டுமென்றால், திரு. அல் லது திருமதி X, ஜெர்மனி என்றால் திரு. Y... இப்படி...). உண் மையாகவே பயனுள்ளதாக ஏதாவது சொல்ல முடிந்தவர்களைத் தேடிக் கண்டுபிடிப்பதை, அதாவது இன்னமும் ஆய்வுசெய்து கொண்டு, ஊடகங்களைத் தேடிச் செல்வதில் நாட்டம் இன்றி இருக்கும், பிரபலமடைந்திராத, பெரும்பாலும் இளைஞர்களாக வும் இருப்பவர்களைத் தேடிக் கண்டுபிடிப்பதை, தொலைக்காட்சி யினால் தவிர்க்க முடியாத பேச்சாளர்கள் அவசியமில்லாமல் ஆக்கி விடுகிறார்கள். அதே சமயம், ஒரு கட்டுரையைத் தயாரிப்பதற்கோ, நேர்காணல் அளிப்பதற்கோ எப்போதும் தயாராக இருக்கும், எப் போது வேண்டுமென்றாலும் வர முடிந்த, ஊடகத்தில் வழக்கமாகத் தோன்றும் சிலர் இவர்கள் கைவசம் இருக்கிறார்கள். மேலும், எவ ராலும் சிந்திக்க முடியாது என்ற சூழ்நிலையில் சிந்திக்க முடிவதற்கு ஒரு தனிப்பட்ட ரகத்தைச் சேர்ந்தவராகச் சிந்திப்பவர் இருக்க வேண்டும் என்ற நிலையும் இருக்கிறது.

உண்மையாகவே பொய்யான விவாதங்களும் உண்மை போன்ற விவாதங்களும்

இப்போது விவாதங்களுக்கு வருவோம். இவற்றைப் பொறுத்த வரை, உதாரணங்கள் மூலம் விளக்குவது மிகவும் எளிது என்று நான் கருதுவதால் சீக்கிரமே சொல்லிவிடுகிறேன். முதலில் உண்மை யாகவே பொய்யான விவாதங்கள். பார்த்த மாத்திரத்திலேயே இவற்றை இனம் கண்டுகொள்ள முடியும். தொலைக்காட்சியில் ஆலேன் மிங்க்-சோர்மான், ஆலேன் மிங்க்-அத்தாலி, ஃபெர்ரி-ஃபேங் கியல்க்ரோட், ழூயி யார்-ஏம்பெர் போன்ற ஜோடிகளைப் பார்க்க லாம். இவர்களெல்லாம் கூட்டாளி ஜோடிகள். (அமெரிக்காவில் பல்கலைக்கழகத்தின் ஒரு துறையிலிருந்து இன்னொரு துறைக்கு இது போன்ற ஜோடிகளாகப் போவதிலேயே தங்கள் பிழைப்பை நடத்துபவர்கள் இருக்கிறார்கள்).[11] இவர்கள் ஒருவருக்கொருவர் நன்கு பரிச்சயம் ஆனவர்கள், காலையிலும் மாலையிலும் ஒன் றாகவே உணவருந்துபவர்கள். (இந்த வருடம் செய் (*Seuil*) பதிப் பகம் வெளியிட்டுள்ள, ழாக் ழூயியார் எழுதியுள்ள 'ஏமாளிகளின் வருடம்' என்ற புத்தகத்தைப் படித்துப்பாருங்கள்; என்ன நடக்

கிறது, எப்படி நடக்கிறதென்று தெரியும்). உதாரணமாக, மேட்டுக்குடி மக்களைப் பற்றி த்யூரான் *(Durand)* அளித்த நிகழ்ச்சியில் மேற்சொன்னவர்களில் பலர் கலந்துகொண்டதை நான் கவனமாகப் பார்த்தேன். அத்தாலி, சர்கோசி, மிங்க்... ஆகியோர் இருந்தனர்... ஒரு கட்டத்தில் சர்கோசியுடன் பேசும்போது அத்தாலி, ''நிகோலா... சர்கோசி'' என்று குறிப்பிட்டார். அதாவது, அவரது முதற்பெயருக்கும் கடைப்பெயருக்கும் இடையில் ஒரு மௌனம் காணப்பட்டது: அவர் முதற்பெயருடன் நிறுத்திக்கொண்டிருந்தாரேயானால், அவர்கள் இருவரும் கூட்டாளிகள் என்பதும், நெருக்கமாகப் பரிச்சயம் ஆனவர்கள் என்பதும் தெரிந்திருக்கும். ஆனால், அவர்களோ வெளித்தோற்றத்தில் எதிரெதிராக இருப்பதாகக் கருதப்பட்டவர்கள். கூட்டாளிகள் என்பதற்கான ஒரு சிறு அறிகுறி, கவனிக்கப்படாமல் போய்விடக்கூடிய அறிகுறி, அதில் இருந்தது. உண்மை என்னவென்றால், நிரந்தர விருந்தினரின் இந்த உலகம், நிரந்தரமாகத் தன்னைத்தானே வலிமையாக்கிக் கொள்ளும் நியதியின்படி செயல்படும் ஒரு மூடிய உலகம்; பரஸ்பர-பரிச்சய உலகம். இவர்கள் ஒருவரையொருவர் எதிர்ப்பவர்கள், ஆனால் நன்றாகவே பேசிவைத்துக்கொண்டதுபோல... உதாரணமாக, ழூயியாரும் ஏம்பெரும் முறையே இடதுசாரியையும் வலதுசாரியையும் சார்ந்த பிரதிநிதிகளாகக் கருதப்படுபவர்கள். ஒழுங்குமுறையின்றிப் பேசுபவர்களைக் குறிப்பிடும்போது அல்ஜீரியாவின் கபில் *(Kabyl)* இனத்தவர்கள், ''என்னிடம் அவன் கிழக்கை மேற்காக ஆக்குகிறான்'' என்று சொல்லும் வழக்கம் இருக்கிறது. அதுபோல இவர்கள் வலதை இடதாக்குபவர்கள். இந்த உடந்தையைப் பொதுமக்கள் அறிவார்களா? நிச்சயமாகச் சொல்ல முடியாது. ஒருவேளை இருக்கலாம். மக்களின் கருத்து, ஒட்டுமொத்தமாக, தலைநகரம் பாரிஸை மறுக்கும் வகையில் செயல்படுகிறது. பாரிஸ் நகரத்தின் தனித்தன்மையை விமர்சிக்கும் பாரிஸ விமர்சனத்தின் வாதமாக, ''இவையெல்லாம் பாரிஸ்காரர்கள் பெரிதுபடுத்தும் விவகாரம்'' என்று பல தடவை, நவம்பர் 1995இன் வேலைநிறுத்தப் போராட்ட நிகழ்வுகள்[12] குறித்துச் சொல்லப்பட்டன. பொதுமக்களும் இதில் ஏதோ விஷயம் இருக்கிறதென்று நன்றாக உணர்கிறார்கள். ஆனால், எந்த அளவுக்கு தன்னைத்தானே தாழிட்டுக்கொள்ளும் மூடிய உலகம் இதுவென்றும், அதனாலேயேதான் அவர்களுடைய பிரச்சினைகளுக்கும் இருத்தலுக்குமே இந்த உலகம் தாழிட்டுவிடுகிறதென்றும் அவர்களுக்குத் தெரிவதில்லை.

இதைத் தவிர, உண்மைபோலத் தோன்றும் விவாதங்களும் இருக்கின்றன. இவற்றில் ஒன்றைத் துரிதமாக ஆய்வுசெய்ய எடுத்துக் கொள்கிறேன்: **1995** நவம்பர் மாத வேலைநிறுத்தங்களின்போது கவாடா நடத்திய விவாதத்தை, ஜனநாயக விவாதத்துக்குரிய எல்லாச் சாயல்களும் அதற்கு இருப்பதாலும் வாதங்களை இன்னும் நன்றாக முன்வைக்க முடியும் என்பதாலும் எடுத்துக்கொள்கிறேன். அந்த விவாதத்தின்போது என்ன நடந்தது என்பதைப் பார்த்தால் (இதுவரை நான் செய்ததுபோல, நிதர்சனமாக இருப்பதிலிருந்து தொடங்கி பூடகமாக இருப்பதுவரை எடுத்துச்சொல்லப்போகிறேன்), தொடர்ச்சியாக நடந்த தணிக்கைச் செயல்பாடுகளைக் காண முடியும்.

முதல் கட்டம்: நிகழ்ச்சி அளிப்பவரின் பங்கு. இதுதான் பார்ப்பவர்களை எப்போதும் அசரவைக்கிறது. நிகழ்ச்சி அளிப்பவர், கட்டுப்படுத்தும் குறுக்கீடுகளைக் கையாள்கிறார் என்பதை அவர்கள் நன்றாகப் பார்க்கிறார்கள். அவர்தான் விவாதத்தின் தலைப்பைச் சுமத்துகிறார், பிரச்சினை குறித்த கேள்விகளைச் சுமத்துகிறார் (த்யூரானுடனான விவாதத்தின்போது இருந்ததைப்போல,"மேட்டுக்குடி மக்களைக் கொளுத்திவிட வேண்டுமா?" போன்ற அபத்தமான கேள்விகளை, ஆமென்றாலும் கூடாதென்றாலும் இரண்டுமே ஒரே அளவு அபத்தமாக இருக்கும் பதிலுக்கான கேள்விகளை). ஆட்டத்தின் விதிகளை மதிக்க வேண்டும் என்றும் அவர் கட்டாயப்படுத்துகிறார். வேறுபட்ட அளவுகோல்களைக் கொண்ட விதிகள்: ஒரு தொழிற்சங்கத் தலைவருக்கும் பிரெஞ்சு அகாதெமியின் திரு பேர்ஃபிட் அவர்களுக்கும் ஒரே மாதிரியாக இல்லாத விதிகள். பேசுவதற்கான அனுமதியையும், பேசுபவர்களுடைய முக்கியத்துவத்தின் அறிகுறிகளையும் நிகழ்ச்சி அளிப்பவர்தான் வழங்குவார். சொற்கள் மூலமான தகவல் தொடர்பில் சொற்களைச் சாராமல் தொக்கிநிற்பவற்றைப் பிரித்துக்காட்டச் சில சமூகவியலாளர்கள் முயன்றிருக்கிறார்கள். ஒரு விஷயத்தைப் பேச்சு மூலமாகச் சொல்லும் அதே அளவுக்குப் பார்வைகள், மௌனங்கள், சைகைகள், உடல் அசைவுகள், கண்ணசைவுகள் போன்றவை வாயிலாகவும் சொல்கிறோம். இது தவிர தொனி மூலமும், இன்னும் பலவித உத்திகள் மூலமும் சொல்கிறோம். ஆக, நம்மால் கட்டுப்படுத்திக்கொள்ள முடிந்ததைவிடப் பெரும் அளவுக்கு அதிகமாகவே நம்மை வெளிப்படுத்திக்கொள்கிறோம். (சுயமோகக் கண்ணாடிப் பித்தர்களுக்கு இது கவலை அளிக்கக்கூடும்). தகவல் வெளிப்பாட்டில் எக்கச்சக்கமான தளங்கள் இருக்கின்றன. அதுவும்

வாய்ப்பேச்சு என்று சொல்லப்படும் தளத்திலேயே, உச்சரிப்பின் தொனி என்ற அளவில் நன்றாகக் கையாண்டாலும் வாக்கிய அமைப்பு என்ற அளவில் சரியாகக் கையாள முடிவதில்லை என் பது போன்ற பல விஷயங்கள் இருக்கின்றன. ஆகவே, என்னதான் தன் திறமைமீது ஆளுமை உடையவராக இருந்தாலும், ஒரு பாத்திரத்தை ஏற்று நடிப்பதாகவோ அல்லது அரசியல் பிரச்சார மொழியை கடைப்பிடிப்பதாகவோ இருந்தாலே ஒழிய, எவராலும் எல்லாவற்றின்மீதும் ஆளுமை செலுத்த முடிவதில்லை. நிகழ்ச்சி அளிப்பவரே தன்னை அறியாமலேயே வெளிப்படுத்தும் மொழி யில், கேள்விகளைக் கேட்பதில் தன்னுடைய பிரத்தியேக பாணி யில், தொனியில், குறுக்கிடுகிறார்: சிலரிடம், ஒரு அதிகாரத் தொனி யில், ''என் கேள்விக்கு நீங்கள் பதில் அளிக்கவில்லையே, பதில் சொல்லுங்களேன்'' என்றோ, ''உங்கள் பதிலுக்காகத்தான் காத்திருக் கிறேன். வேலைநிறுத்தத்தைத் தொடரப் போகிறீர்களா?'' என்றோ சொல்கிறார். குறிப்பிட்டுச் சொல்லப்பட வேண்டிய இன்னொரு உதாரணம், ''நன்றி'' என்று சொல்வதன் பல விதங்கள். ''நன்றி'' என்பது, ''உங்களுக்கு நன்றி, உங்களுக்கு நான் கடமைப்பட்டிருக் கிறேன், உங்கள் பேச்சை நான் நன்றி உணர்வோடு வரவேற்கிறேன்'' என்றெல்லாம் பொருள்படும். ஆனால், ஒருவர் பேசும்போது ''நீங்கள் போகலாம்'' என்று சொல்வதுபோல் தோன்றும் விதத் தில் சொல்லப்படும் நன்றி ஒன்று இருக்கிறது. இங்கு, ''நன்றி'' என்பது ''அவ்வளவுதான், போதும். அடுத்த விஷயத்துக்குப் போக லாம்'' என்று பொருள்படும். இவை எல்லாமே மிக நுண்ணிய விதத் தில், தொனியின் மிக நுண்ணிய நெளிவுசுளிவுகளில் தெரிகின்றன. ஆனால், விருந்தினர் இவற்றைச் சகித்துக்கொள்கிறார்; கண்ணுக்குத் தெரியும் பொருண்மையையும் மறைந்திருக்கும் பொருண்மையை யும் சகித்துக்கொள்கிறார்; இரண்டையும் சகித்துக்கொண்டு அவர் தன் திறமைகளை இழக்கக்கூடும்.

நிகழ்ச்சி அளிப்பவர் பேசும் நேரத்தைப் பகிர்ந்தளிக்கிறார். மரி யாதையுடனோ அல்லது திமிருடனோ, கவனமாகவோ அல்லது பொறுமையின்றியோ பேச்சின் தொனியையும் பகிர்ந்தளிக்கிறார். உதாரணமாக, விருந்தினரை அவசரப்படுத்தி, அவர்மீது தனக்கு இருக்கும் பொறுமையின்மையையோ அல்லது அலட்சியத்தையோ அவர் உணரச்செய்யும் வகையில் ''ஆமாம்... ஆமாம்...'' என்று சொல்லும் விதம் ஒன்று இருக்கிறது. (நாம் நடத்தும் நேர்காணல் களில் நம் இசைவின் அறிகுறிகளையும், நம் ஆர்வத்தின் அறி குறிகளையும் விருந்தினர்களுக்குத் தெரிவிக்க வேண்டியது மிக

முக்கியம் என்றும், இல்லையென்றால் அவர்கள் ஊக்கமிழந்து, கொஞ்சம்கொஞ்சமாகப் பேச்சு சரிந்துவிடுகிறது என்றும் நாம் அறிவோம். அவர்கள் எதிர்பார்ப்பதெல்லாம் மிகச் சிறிய விஷயங்கள்—சிறு 'ஆமாம்'கள், தலையாட்டல்கள், அதாவது வழக்கமாகச் சொல்வதுபோல் அறிவின் சிறு அறிகுறிகள்). இவை போன்ற மிகச் சிறிய சைகைகளை, பிரக்ஞையுடன் செய்வதைவிடப் பெரும் பாலான சமயங்களில் பிரக்ஞையற்ற விதத்தில் நிகழ்ச்சி அளிப்பவர் கையாள்கிறார். உதாரணமாக, தானாகக் கற்றுத் தேர்ந்த, ஓரளவு பண்பாட்டு முலாம் பூசிய ஒருவரை எடுத்துக்கொள்வோம். போலியான மகத்துவங்களையும், அகாதெமியினரையும், மதிப்புக் குரியவை போலத் தோன்றும் பட்டங்களால் கௌரவிக்கப்பட்டவர்களையும் பாராட்டும் அளவுக்குப் பண்பாட்டு மகத்துவங்களின் மேல் அவருக்கு உள்ள மரியாதை அவரை ஆக்கிவிடுகிறது. நிகழ்ச்சி அளிப்பவரின் இன்னொரு உத்தி: அவசரம், நேரமில்லை என்பதன் பெயரில் எல்லோரையும் தன் விருப்பப்படி ஆட்டுவிப்பது; பேச்சை நிறுத்துவதற்கும், அவசரப்படுத்துவதற்கும், இடைமறிப்பதற்கும் நேரம், அவசரம், கடிகாரம் இவற்றைப் பயன்படுத்துகிறார். நிகழ்ச்சி அளிப்பவர்கள் அனைவரையும் போல இன்னொரு உபாயமும் அவருக்கு இருக்கிறது; மக்களின் பிரதிநிதியாகத் தன்னை பாவித்துக் கொள்கிறார்: "இங்கே குறுக்கிட விரும்பவில்லை, ஆனால் நீங்கள் சொல்வது எனக்குப் புரியவில்லை." தன்னை மடையன் என்று அவர் சொல்லிக்கொள்வதாக இதைப் புரிந்துகொள்ளக் கூடாது. கீழ்மட்டத்தைச் சேர்ந்தவர்கள் என்பதனால் மடையர்கள் என்று வரையறுக்கப்பட்டிருக்கும் கீழ்மட்டப் பார்வையாளர்களுக்குப் புரியாது என்று அவர் சொல்வதாகப் புரிந்துகொள்ள வேண்டும். ஆக, அறிவுபூர்வமான ஒரு உரையில் குறுக்கிடுவதற்காக, 'மடையர்களின்' பிரதிநிதியாக அவர் தன்னை மாற்றிக்கொள்கிறார். உண்மையில், நான் விசாரித்துச் சரிபார்த்தவரையில், எந்த மக்களுக்காக அவர் தனக்குத் தானே இந்தத் தணிக்கையாளர் என்ற பாத்திரத்தை அளித்துக்கொள்கிறாரோ அவர்கள்தான் பெரும் பாலும் இந்த இடையூறுகளினால் எரிச்சல் அடைபவர்கள்.

இதன் விளைவாக, கூட்டிக் கழித்துப் பார்த்தால், இரண்டு மணி நேரம் நீடிக்கும் ஒளிபரப்பு ஒன்றில் மத்திய தொழிற்சங்கமான *CGT*யின் பிரதிநிதி ஒருவருக்கு, சரியாக, எல்லாவற்றையும் உள்ளடக்கி, எல்லாவற்றையும் கணக்கில் எடுத்துக்கொண்டு, குறுக்கீடு களையும் சேர்த்து, ஐந்து நிமிடங்கள்தான் கிடைத்திருக்கின்றன. (ஆனாலும், *CGT* இல்லை என்றால் இந்த வேலைநிறுத்தம் இருந்

திருக்காது. ஒளிபரப்பு இருந்திருக்காது, இத்யாதி... என்று எல்லோருக்கும் தெரியும்). ஆக, வடிவ ரீதியில் சமத்துவத்தின் வெளித் தோற்றங்கள் எல்லாம் மதிக்கப்பட்டதாகத் தோன்றியதுதான் கவாடா அளித்த நிகழ்ச்சியின் குறிப்பிடத்தக்க அம்சம்.

ஜனநாயக ரீதியில் மிகவும் முக்கியமான ஒரு பிரச்சினை இங்கு முன்வைக்கப்படுகிறது: தொலைக்காட்சியில் பேசுபவர்கள் எல்லாரும் அரங்கத்தில் இருக்கும்போது சமநிலையில் அவர்கள் இருப்பதில்லை என்பது கண்கூடு. அரங்கத் தொழில்முறையாளர்கள், அதாவது பேச்சையும் அரங்கத்தையும் கையாளத் தெரிந்த அரங்கத் தொழில்முறையாளர்கள் ஒருபுறம் இருக்க, அவர்களுக்கு எதிர்ப்புறம் அரங்க அனுபவம் அற்றவர்களும் (திறந்தவெளியில் நெருப்பை மூட்டிக் குளிர்காயும், வேலைநிறுத்தத்தில் ஈடுபட்டவர்களாக அவர்கள் இருக்கலாம்) இருக்கிறார்கள் என்பது ஒரு அசாதாரண ஏற்றத்தாழ்வு. ஆகவே, சிறிதளவாவது சமத்துவத்தை நிலைநாட்ட, 'உலகத்தின் ஏழ்மை' புத்தகத்துக்காக நாங்கள் மேற்கொண்ட விசாரணைகளில் செய்தது போல, நிகழ்ச்சி அளிப்பவர் தன்னை சற்று மாற்றிக்கொள்ள வேண்டும். அதாவது, தங்களோடு ஒப்பிடுகையில் மிகவும் தாழ்ந்த நிலையில் இருப்பவர்களுக்கு உதவ வேண்டும். தொழில்முறை பேச்சாளராக இல்லாதவர் ஒருவர், சொல்லும் விஷயம் ஒன்றைச் சரியாகச் சொல்ல வேண்டும் என்றால் (பெரும்பாலான நேரங்களில், மணிக்கணக்கில் பேசும் வாய்ப்பு உடையவர்கள்கூடச் சிந்தித்துப் பார்த்திருக்காத பல விஷயங்களை இவரைப் போன்றவர்கள் சொல்வதும் உண்டு), அவர் பேசுவதற்கு உதவிபுரியும் வேலையைச் செய்தாக வேண்டியிருக்கிறது. இதையே இன்னும் கௌரவமாகச் சொல்வதென்றால், சாக்ரடீஸிய லட்சியம் ஒளிரும் செயல் இது என்றே சொல்வேன். யாருடைய கருத்து முக்கியத்துவம் உடையதாக இருக்கிறதோ, அவர் சொல்ல வருவதும் நினைப்பதும் என்ன என்று யாரிடமிருந்து நாம் தெரிந்துகொள்ள விரும்புகிறோமோ, அதை அவர் பிரசவிக்க துணைபுரியும் வகையில் அவருடைய உதவியாளராக நம்மை மாற்றிக்கொள்ளும் பணி இது. மாறாக, நிகழ்ச்சி அளிப்பவர்கள் செய்வது இது அல்லவே அல்ல. தாழ்த்தப்பட்டவர்களுக்கு அவர்கள் உதவாமல் இருக்கிறார்கள் என்பது மட்டுமல்ல, இன்னும் சொல்வதானால் அவர்களை அமுக்கவும் செய்கிறார்கள். சரியான சமயத்தில் அவர்களுக்குப் பேச வாய்ப்பு அளிக்காமலும், அவர்கள் சற்றும் எதிர்பாராத தருணத்தில் அவர்களைப் பேச அழைத்தும், அவர்கள் பேசும்போது தங்கள் பொறுமையின்மையை வெளிப்படுத்தியும்—இப்படியாகப் பல விதங்களில்.

ஆனால், நாம் இன்னும் கண்ணுக்குப் புலப்படுவதன் தளத்தி லேயே இருக்கிறோம். இரண்டாவது தளத்துக்கும் இப்போது செல்ல வேண்டியிருக்கிறது: அரங்கத்தின் அமைப்பு. இதுதான் எல்லா வற்றையும் தீர்மானிக்கிறது. இந்த அரங்கமே கண்ணுக்குப் புலப் படாத செயல்பாட்டின் விளைவு. உதாரணமாக, முன்கூட்டியே விடுக்கப்படும் அழைப்பு என்று ஒரு செயல்பாடு இருக்கிறது: அழைக்கப்பட வேண்டும் என்று கருதப்படாதவர்கள்; அழைக்கப் பட்டு, வர மறுத்துவிட்டவர்கள். அரங்கம் கண்ணெதிரே இருக் கிறது. பார்வைக்குத் தெரிவது, தெரியாததை மறைத்துவிடுகிறது: நிர்மாணிக்கப்பட்டுக் கண்ணுக்குப் புலனாவதில், நிர்மாணத்தின் சமுதாயப் பின்னணிகள் தெரிவதில்லை. ஆகவே, "அட, இன்னார் வரவில்லையே" என்று எவருமே சொல்வதில்லை. விருப்பப்படி ஆட்டுவிக்கும் இந்தச் செயல்பாட்டுக்கு ஒரு உதாரணம் (இவை போன்ற ஆயிரத்தில் ஒன்று): 1995 நவம்பர் மாதம் பிரான்ஸில் நடந்த வேலைநிறுத்தத்தின்போது, 'நள்ளிரவு வட்டம்' என்ற தலைப்பில் அறிவுஜீவிகளைக் குறித்தும், வேலைநிறுத்தங்களைக் குறித்தும் தொடர்ச்சியாக இரண்டு நிகழ்ச்சிகள் நடைபெற்றன. அறிவுஜீவிகளுக்கு இடையே, பொதுவாக, இரண்டு அணிகள் இருந்தன. முதல் ஒளிபரப்பில், வேலைநிறுத்தத்துக்குச் சாதகமாக இல்லாத அறிவுஜீவிகள் அரங்கத்தின் வலதுபுறத்தில் காணப்பட்ட னர்—பார்த்த மாத்திரத்திலேயே விளங்கும்படி. இரண்டாவது ஒளி பரப்பில்—மிகவும் கவனம் செலுத்தி—மேலும் தீவிர வலதுசாரிப் போக்கைக் கொண்டவர்கள் சேர்க்கப்பட்டு, வேலைநிறுத்தத்துக்குச் சாதகமாகப் பேசுபவர்களை மறையச்செய்து அரங்கத்தின் அமைப்பை மாற்றிவிட்டார்கள். இதனால், முதல் ஒளிபரப்பில் வலதுபுறத்தில் இருந்தவர்கள் எல்லாம் இப்போது இடதுபுறத்தில் காணப்பட்டார்கள். அடிப்படையில் வலது, இடது என்பவையெல் லாம் ஒன்றுக்கொன்று சார்பு உடையவைதான். ஆகவே, இந்த விவகாரத்தில், அரங்கத்தை அமைப்பதில் செய்யப்படும் மாற்றம் செய்தியின் அர்த்தத்தையே மாற்றிவிடுகிறது.

ஜனநாயக சமநிலை இருப்பது போன்ற தோற்றத்தை அளிக்க வேண்டும் என்பதால்தான் அரங்கத்தின் அமைப்பு முக்கியமானதாக ஆகிறது. (இதன் சிகரம், 'நேருக்கு நேர்' என்ற நிகழ்ச்சி: "ஐயா, உங்களுக்கு அளிக்கப்பட்ட முப்பது விநாடிகளை நீங்கள் எடுத்துக் கொண்டுவிட்டீர்கள்...") சமத்துவம் பறைசாற்றப்பட்டு, நிகழ்ச்சி அளிப்பவர் தன்னை ஒரு நடுவராகக் காட்டிக்கொள்வார். கவாடா வின் நிகழ்ச்சியில் அரங்கத்தில் இரண்டு ரகமான மக்கள் இருந்தார்

கள். ஒருபுறம், வேலைநிறுத்தம் செய்தவர்கள்; அதாவது, அதில் தீவிரமாகப் பங்குகொண்டவர்கள், பிரதான பாத்திரங்கள்; மறுபுறம் இருந்த மற்றவர்கள், தாங்களும் பிரதான பாத்திரங்களாக இருந்தாலும், பார்வையாளர்கள் என்ற இடத்தில் அமர்த்தப்பட்டிருந்தார்கள். ஒருபுறம், **தங்கள் நிலைப்பாட்டை** விளக்க வந்தவர்கள் ("நீங்கள் ஏன் இப்படிச் செய்தீர்கள்? நுகர்வோர்களுக்கு ஏன் இடைஞ்சல் செய்கிறீர்கள்?") இருந்தார்கள். மறுபுறம் பொதுவாக **விளக்கங்கள் அளிக்கவும்** சொல்லாடலுக்கு அப்பால் சென்று பேசவும் என்று மற்றவர்கள் இருந்தார்கள்.

கண்ணுக்குத் தெரியாத இன்னொரு, ஆனால் அறுதியான, அம்சம்: நிகழ்ச்சியில் பங்கேற்கத் தேர்ந்தெடுக்கப்பட்டவர்களுடன் முன்னேற்பாடான உரையாடல்கள் மூலம், கிட்டத்தட்ட கறாரான ஒரு விதத் திரைக்கதையினுள் ஓசையின்றி விருந்தினர் தங்களை நுழைத்துக் கொள்வதற்காக அவர்களை இட்டுச்செல்லும் வகையில் அமைந்த, முன்கூட்டியே அமைக்கப்பட்ட ஏற்பாடு. (சில நேரங்களில், இதற்கான தயாரிப்பு, சில விளையாட்டுகளில் இருப்பது போல, கிட்டத்தட்ட ஒத்திகை போன்ற வடிவத்தைப் பெறக்கூடும்.) முன்கூட்டியே ஏற்பாடு செய்யப்பட்டுவிட்ட இந்தத் திரைக்கதையில், அக்கணமே உதிக்கும் எண்ணத்துக்கோ, சுதந்திரமான, கடிவாளமற்ற, மிக ஆபத்தான பேச்சுக்கோ நிகழ்ச்சி அளிப்பவருக்கும் அவரது ஒளிபரப்பிற்கும் அபாயம் விளைவிக்கக்கூடிய பேச்சுக்கோ சுத்தமாக இடமில்லை.

இந்த வெளியின் கண்ணுக்குப் புலப்படாத இன்னொரு தன்மை தத்துவவாதிகள் சொல்வதைப் போல, மொழிப் பிரயோகம் என்னும் விளையாட்டின் நியதியே. இந்த விளையாட்டின் சொல்லப்படாத சில விதிமுறைகள் இங்கு செயல்படும். ஏனென்றால் ஒவ்வொரு சமூக உலகிலும் புழக்கத்தில் இருக்கும் சொல்லாடலில் இதைஇதைச் சொல்லலாம், இதைஇதைச் சொல்லக் கூடாது என்ற அமைப்பு இருக்கிறது. இந்த மொழிப் பிரயோக விளையாட்டில் பொதிந்திருக்கும் முதல் முன்தீர்மானம் மல்யுத்தத்தை மாதிரியாகக்கொண்டு சிந்தித்து அமைக்கப்பட்டிருக்கும் ஜனநாயக விவாதம்: நல்லவன், முரடன், இவர்கள் இடையேயான மோதல்கள்... இவை எல்லாம் இருக்க வேண்டும். ஆனால், எல்லாப் பிடிகளுக்கும் அனுமதி இல்லை. போடப்படும் பிடிகள் முறையான, மெத்தப் படித்தவர்களின் மொழியின் நியதிக்குள் ஓசையின்றி நுழைய வேண்டும். இந்த வெளியின் மற்ற சில தன்மைகள்: சற்று

முன்பு நான் சொன்னதுபோல தொழில் முறையாளர்கள் இடையே நிலவும் உடந்தை. துரித சிந்தனையாளர்கள் என்று நான் சொல் பவர்களை, பயன்படுத்தியதும் தூக்கி எறியக்கூடிய சிந்தனை களின் வல்லுநர்களை 'நல்ல வாடிக்கையாளர்கள்' என்று தொழில் முறையாளர்கள் சொல்கிறார்கள். இது போன்றவர்கள் நிகழ்ச்சிக்கு அழைக்கப்பட வேண்டியவர்கள், அதன் அமைப்பு நன்றாக இருக்க உதவுவார்கள் என்பது கண்கூடு. உங்களுக்கு இடர்பாடுகளை உண்டு பண்ண மாட்டார்கள், பிரச்சினை அளிக்க மாட்டார்கள். எல் லா வற்றுக்கும் மேலாக, சூழ்நிலைக்கு ஏற்றவாறு அநாயாசமாகப் பேசு வார்கள். இந்த உலகம், நீருக்குள் மீன்களைப்போல சௌகரியமாக இருக்கும் நல்ல வாடிக்கையாளர்களையும், நீருக்கு வெளியே தத் தளிக்கும் மீன்களைப் போல இருப்பவர்களையும் கொண்ட உலகம். இறுதியாக, கண்ணுக்குப் புலப்படாத இன்னொரு அம்சம்: நிகழ்ச்சி அளிப்பவர்களின் பிரக்ஞையின்மை. என்னைப் பொறுத்தவரை, என்னுடன் மிகவும் நல்ல உறவு கொண்டுள்ள இதழாளர்களை எதிர் கொள்ளும்போதுகூட, கேள்வியையே கேள்விக்கு உரியதாக ஆக்கு வதன் மூலம் என்னுடைய பதில்களைத் தொடங்க வேண்டிய நிர்ப் பந்தத்தில் இருப்பதும் அடிக்கடி நேர்ந்திருக்கிறது. தங்களுடைய விசேஷக் கண்ணாடிகள் வழியே, தங்களுடைய கண்ணோட்டப் பிரிவுகளின்படி எந்த விதத்திலும் அர்த்தம் இல்லாத கேள்விகளை இதழாளர்கள் கேட்கிறார்கள். உதாரணமாக, நகரின் புறநகர்ப் பகு திப் பிரச்சினைகள் என்று சொல்லப்படுபவைபற்றிப் பேசும்போது, நான் முன்பே கூறியதுபோல, எல்லாவிதமான விநோதமான கற் பனைகளும் அவர்களின் மண்டைக்குள் இருக்கின்றன. அவர்களுக் குப் பதில் அளிக்கத் தொடங்கும் முன், "உங்கள் கேள்வி சுவா ரஸ்யமானதுதான், ஆனால் அதைவிட முக்கியமானதாக இன்னொரு கேள்வி இருக்கிறது..." என்று பணிவுடன் சொல்ல வேண்டும். சிறி தளவாவது தயார்செய்துகொண்டிருக்கவில்லை என்றால், தேவை யில்லாத கேள்விகளுக்குப் பதில் சொல்லிக்கொண்டிருக்க வேண்டும்.

முரண்பாடுகளும் இறுக்கங்களும்

இதழாளர்கள் இடையே நிலவும் சமூக உறவுகளின் விளை வான பலவிதத் தளைகளால் அழுத்தப்படும் தொலைக்காட்சி குறைந்த அளவே சுயாட்சி பெற்ற ஒரு தகவல்தொடர்புச் சாத னம். இந்தச் சமூக உறவுகள், இரக்கம் அற்றதும் கிட்டத்தட்ட அபத்தமானதுமான தீவிர **போட்டோபோட்டி உறவுகளாக** இருப்

பது மட்டுமல்லாமல், இதழாளர்கள் ஒருவருக்கு ஒருவர் உடந்தையாகச் செயல்படும் **ரகசிய உடன்படிக்கை உறவுகளாகவும்** இருக்கின்றன. அடையாளத் தயாரிப்புக் களத்தில் இதழாளர்களுக்குப் பொதுவாக இருக்கும் இடமும், அவர்கள் அறிந்துகொள்ளும் அமைப்புகளும், அவர்களுடைய சமூகப் பின்னணியை, பெற்ற பயிற்சி அல்லது பயிற்சியின்மையைச் சார்ந்த அறிதல்களும், மதிப்பீடுகளுமே இந்த உறவுகளின் ஆதாரங்கள். இவற்றின் இயல்பான விளைவாக, கடிவாளம் இல்லாதது போலத் தோன்றும் தொலைக்காட்சி என்ற தகவல்தொடர்பு சாதனம் கடிவாளமிடப்பட்டதாக இருக்கிறது. 1960களில், புதிய ஒரு நிகழ்வாகத் தொலைக்காட்சி தோன்றியபோது, சில 'சமூகவியலாளர்கள்' (உண்மையாகவே இவர்கள் சமூகவியலாளர்கள்தானா?) அவசரப்பட்டு, ''பாமர மக்களுக்கான தகவல்தொடர்புச் சாதனம்'' என்பதனால் தொலைக்காட்சி ''பாமரப்படுத்தும்'' என்றெல்லாம் சொன்னார்கள். தொலைக்காட்சி எல்லாவற்றையும் சமப்படுத்தி, சிறிதுசிறிதாக எல்லாத் தொலைக்காட்சிப் பார்வையாளர்களையும் ஒரு படித்தானதாக ஆக்கிவிடும் என்றும் நம்பப்பட்டது. உண்மையில், பார்வையாளர்களுடைய எதிர்ப்புச் சக்திக்கு இருக்கும் திறன் குறைத்து மதிப்பிடப்பட்டுவிட்டது. ஆனால், அதிலும் முக்கியமாக, தயாரிப்பாளர்களையும், இன்னும் பொதுவாகச் சொன்னால் மற்ற இதழாளர்களையும், ஒட்டுமொத்தமாகப் பண்பாட்டுத் தயாரிப்பாளர்களையும் (அவர்களில் பலருக்குத் தொலைக்காட்சியிடம் தவிர்க்க முடியாது இருக்கும் கவர்ச்சியின் மூலம்) மாற்றிவிட்ட தொலைக்காட்சியின் திறன் குறைத்துதான் மதிப்பிடப்பட்டுவிட்டது. மிக முக்கியமானதும் எதிர்பார்த்திருக்க முடியாததுமான நிகழ்வு என்னவென்றால், எல்லாவிதமான பண்பாட்டுத் தயாரிப்புச் செயல்பாடுகளிலும் கலை, விஞ்ஞானத் தயாரிப்புச் செயல்பாடுகள் உட்பட, தொலைக்காட்சியின் ஆதிக்கம் அசாதாரணமான முறையில் பரவியிருக்கிறது என்பதுதான். பண்பாட்டுத் தயாரிப்பு உலகங்களைப் பாதித்து தொந்தரவுசெய்துகொண்டிருக்கும் ஒரு முரண்பாட்டை அதீத நிலைக்கு, அதன் எல்லைக்கே தொலைக்காட்சி இன்று எடுத்துச் சென்றுவிட்டது. சில படைப்புகளை (மிகவும் நிதர்சனமாக இருப்பதால் கணிதவியலிலிருந்து சில உதாரணங்களை நான் சொல்லியிருந்தாலும், அவை தைரியமிக்க முன்னோடிக் கவிதைகள், தத்துவவியல், சமூகவியல் ஆகியவற்றுக்கும் பொருந்தும்), கேலிக்குரிய சொல்லாக இருந்தாலும், 'தூய' என்று சொல்லப்படும் படைப்புகளை, அதாவது வர்த்தகத் தளைகளிலிருந்து விடுபட்டுச் சுயேச்சையாக இருக்கும் படைப்புகளை உருவாக்குவதற்கு ஒருவருக்கு இருக்க வேண்

டிய பொருளாதார, சமூக சூழ்நிலைகளுக்கும், அப்படிப் பெறப் பட்ட படைப்புகளை எல்லாருக்கும் எடுத்துச்செல்லத் தேவையான சமூக சூழ்நிலைகளுக்கும் இடையே உள்ள முரண்பாட்டைப் பற்றிச் சொல்ல விரும்புகிறேன்; அதாவது தைரியமிக்க முன்னோடிக் கணி தவியல், தைரியமிக்க முன்னோடிக் கவிதை போன்றவற்றைப் படைப்பதற்குத் தேவையான பின்னணிகளுக்கும் அப்படிப் படைக் கப்பட்டவற்றை எல்லாருக்கும் எடுத்துச்செல்லத் தேவையான பின் னணிகளுக்கும் இடையே இருக்கும் முரண்பாடு. தொலைக் காட்சிப் பார்வையாளர் கணிப்பு என்ற இடைத்தரகர் வழியாக மற்ற எல்லாப் பண்பாட்டுத் தயாரிப்புகளைவிட, வர்த்தக உலகின் நெருக்குதலைத் தொலைக்காட்சி அதிகமாக எதிர்கொள்ள வேண்டி யிருப்பதால் இந்த முரண்பாட்டைத் தொலைக்காட்சி அதீத அளவுக்கு எடுத்துச்சென்றுவிடுகிறது.

அதே சமயம், இதழியல் உலகம் என்ற இந்த நுண்ணுலகில் வியா பாரத் தேவை, வெளியிலிருந்து வரும் ஆணை, முதலாளிகள் ஆகிய வற்றிடமிருந்து சுதந்திரத்தையும் சுயாட்சியின் மதிப்பையும் பாது காக்க விழைபவர்களுக்கும், தேவைகளுக்கு அடிபணிந்து அதன் பல னாக ஊதியம் பெறுபவர்களுக்கும் இடையேயான இறுக்கங்கள் வலுப்பெறுகின்றன... இந்த இறுக்கங்கள்தங்களை வெளிக்காட்டிக் கொள்வது மிகவும் அரிது; அதுவும் திரையில். ஏனென்றால், சூழ் நிலைகள் அதற்குச் சாதகமாக இல்லை. உதாரணமாக, குறிப்பாக எல்லாராலும் பார்க்கப்பட்டு, குறிப்பாக அதற்கான ஆதாயம் பெற்று, அதே சமயம், குறிப்பாக அடிபணிந்து சென்று, மிகப் பெரிய அளவில் சம்பாதிக்கும் பெரிய நட்சத்திரங்களுக்கும், அவர் களுக்கு எதிரே, செய்தி சேகரிப்பு, தகவல் தயாரிப்பு என்று கண்ணுக்குத் தெரியாத வேலைகளை ஓயாமல் செய்துகொண்டிருக் கும் சிறு ஊழியர்களுக்கும் இடையே நிலவும் இறுக்கத்தையும் சுட்டிக்காட்ட விரும்புகிறேன். வேலைவாய்ப்புச் சந்தையின் நிர்ப் பந்தங்களால் மேலும்மேலும் சிறப்பான பயிற்சியை இந்த ஊழி யர்கள் பெற்றிருக்கிறார்கள். இருந்தாலும் அவர்கள் மேலும்மேலும் சாதாரணமான, முக்கியத்துவம் இல்லாத வேலைகளைச் செய்யப் பணிக்கப்படுகிறார்கள். ஆகவே, மைக், காமெரா இவற்றின் பின்னே 60களில் இருந்தவர்களைவிட, ஒப்பிடவே முடியாத அளவுக்கு, மிகவும் தேர்ந்தவர்கள் இந்தக் காலத்தில் இருக்கிறார்கள்: வேறு வித மாகச் சொன்னால், இந்தத் தொழிலுக்குத் தேவையானவற்றுக்கும், இதழியல் கல்வி நிறுவனங்களிலும் பல்கலைக்கழகங்களிலும் கல்வி பெற்றதனால் எதிர்பார்க்கும் ஆசைகளுக்கும் இடையேயான இறுக்கம் மேலும்மேலும் வலுப்படுகிறது—இவற்றை எதிர்நோக்கி,

பேராசை பிடித்த சிலர் கையாளும் அனுசரித்துப்போதல் என்ற ஒன்று இருந்த போதிலும்... அண்மையில் ஒரு இதழாளர் சொன்னபடி, 'நாற்பதின் பிரச்சினை' (அதாவது, ஒருவர் தான் செய்யும் தொழில் தான் எதிர்பார்த்திருந்ததைப் போல இல்லை என்பதை தன்னுடைய 40ஆவது வயதில் கண்டுபிடிக்கிறார்), இப்போதெல்லாம் 'முப்பதின் பிரச்சினையாக' ஆகிவிடுகிறது. தொழிலின் கொடுமையான தேவைகளையும், குறிப்பாகத் தொலைக்காட்சிப் பார்வையாளர் கணிப்பு முறையுடன் சம்பந்தப்பட்ட எல்லாத் தளைகளையும் மேலும்மேலும் அதிகமாகவே இந்தத் துறைக்கு வருபவர்கள் எதிர்கொள்கிறார்கள். மக்கள் மிக அதிக அளவில் கவலையுடனும், திருப்தியற்றும், எதிர்ப்புணர்வுடனும், வேறு வழியின்றித் தங்கள் நிலையை சகித்துக்கொண்டே இருக்கும் தொழில்களில் ஒன்று இதழாளர் தொழில். இந்தத் தொழிலில் (குறிப்பாக ஆதிக்கத்துக்கு உள்ளாகுபவர்கள் இடையேதான்) தாங்கள் வாழ்ந்து கொண்டிருக்கும் அல்லது "மற்ற தொழில்களைப் போல் இது இல்லை" என்று பெருமையுடன் சொல்லிக்கொள்ளும் வேலையின் யதார்த்தத்தின் முன்னால் கோபம், அருவருப்பு, உற்சாகமின்மை மிகவும் சகஜமாக வெளிப்படுகின்றன. ஆனால், இந்தக் கோபம் கலந்த வருத்தங்களோ நிராகரிப்புகளோ தனிப்பட்ட முறையில் மட்டுமின்றி, குறிப்பாக ஒட்டுமொத்தமாக, ஒரு உண்மையான எதிர்ப்பாக உருவெடுப்பதற்கான நிலைமை இப்போதைக்கு இல்லை.

இதுவரை நான் சொன்னவற்றை, இவை எல்லாவற்றிற்குமான பொறுப்பை நிகழ்ச்சி அளிப்பவர்கள்மீதும் தகவல் அறிவிப்பவர்கள் மீதும் தனிப்பட்ட முறையில் நான் சுமத்துவதாக (என்னுடைய முயற்சிகளையும் மீறி) ஒருவர் நினைக்கலாம். ஆனால் நான் சொல்வதைப் புரிந்துகொள்ள அதைப் பொதுவாக எல்லா இடங்களிலும் நிலவும் இயங்குமுறைகள் மட்டத்திலும் அமைப்புகள் மட்டத்திலும் வைத்து ஆராய வேண்டும். நாமெல்லாம் பரம்பொருளின் பாவைகள் என்றார் பிளேட்டோ. (இன்று நான் சற்று அதிகமாகவே அவரை மேற்கோள் காட்டுகிறேன்). தொலைக்காட்சி ஒரு தனி உலகம். இதன் சமுதாயப் பிரதிநிதிகள் என்னதான் முக்கியத்துவம், சுதந்திரம், சுயாட்சி மட்டுமின்றி சில சமயங்களில் ஒரு அசாதாரண ஒளிவட்டம் (தொலைக்காட்சி இதழ்களைப் பார்த்தாலே தெரியும்) பெற்றிருப்பதைப் போலக் காணப்பட்டாலும், விவரமாக விளக்கப்பட வேண்டிய ஒரு தேவையின், தனியே எடுத்துக்காட்டி வெளிச்சத்துக்குக் கொண்டுவரப்பட வேண்டிய ஒரு அமைப்பின் பாவைகள்தான். ●

பகுதி இரண்டு

கண்ணுக்குத் தெரியாத அமைப்பும் அதன் விளைவுகளும்

தொலைக்காட்சி நிலையத் தளத்தில் என்ன நடக்கிறது என்பதைப் பற்றிய விவரணைக்கு (அது எவ்வளவுதான் நுணுக்கமாக இருந்தாலும்) அப்பால் சென்று இதழாளர்களின் அன்றாடப் பணிகளை விளக்கும் இயங்குமுறைகளைப் புரிந்துகொள்ள முயல்வதற்கு ஒரு புதிய கருத்தைத் தெரிந்துகொள்வது அவசியம். சற்றே தொழில்நுட்ப ரீதியானது என்றாலும் அதை நான் எடுத்துச்சொல்ல வேண்டிய கட்டாயத்தில் இருக்கிறேன். இதழியல் துறையின் களம் என்ற கருத்துதான் அது. இதழாளர்களின் உலகம் ஒரு நுண்ணுலகம். தனக்கேயான பிரத்தியேகமான விதிகளைக் கொண்ட ஒரு நுண்ணுலகம். அதற்கு இருக்கும் இடத்தினாலும், மற்ற நுண்ணுலகங்கள்மீது அதற்கு இருக்கும் கவர்ச்சி-வெறுப்புகளினாலும் அது வரையறுக்கப்படுகிறது. அது சுயேச்சையானது என்றும், பிரத்தியேக விதிகளைக் கொண்டது என்றும் சொல்வதன் பொருள் என்னவென்றால், புறக் காரணிகளைக் கொண்டு நேரடியாக அதைப் புரிந்துகொள்ள முடியாது என்பதுதான். இதழியல் துறையில் என்ன நடக்கிறது என்பதைப் பொருளாதாரக் காரணிகள் மூலம் விளக்குவதற்கு நான் ஆட்சேபித்ததன் பின்னணி இதுதான். உதாரணமாக, பிரான்ஸின் TF1 அலைவரிசையில் என்ன நடக்கிறது என்பதை அந்த அலைவரிசை பூயிக்குக்குச் சொந்தம் என்கிற ஒரு உண்மை மட்டுமே விளக்கிவிட முடியாது. இந்த உண்மையைக் கணக்கில் எடுத்துக்கொள்ளாத விளக்கம் முழுமையற்ற விளக்கமே என்பது கண்கூடு. ஆனால், இதை மட்டுமே கணக்கில் எடுத்துக்கொள்ளும் விளக்கமும் முழுமையற்றதாகத்தான் இருக்கும். முழுமையானதாகவும் போதுமானதாகவும் அது தோன்றக்கூடும் என்பதனால் ஒரு வேளை இன்னும் கூட அது முழுமையற்றதாக இருக்கலாம். மார்க்சியப் பொருள் முதல்வாதத்துடன் தொடர்பு உடைய ஒருவிதமான குறுகிய பொருள் முதல்வாதம் இருக்கிறது. இது எதையும் விளக்காது, எதையும் தெளிவு படுத்தாது, குற்றம்குறை மட்டும் சொல்லும்.

சந்தையில் பங்குக்கான போட்டி

ஒன்றுக்கொன்று போட்டியிடும் பல தொலைக்காட்சி அலை வரிசைகளின் நடைமுறை வாழ்க்கை சார்ந்த உறவுகளின் உலகத்தில் தான் *TF1* இருக்கிறது என்பது உண்மை. அதற்கு எந்த அளவுக்கு *TF1* கடமைப்பட்டிருக்கிறது என்பதைக் கணக்கில் எடுத்துக்கொண்டால் தான் *TF1*இல் நடப்பவற்றைப் புரிந்துகொள்ள முடியும். சந்தையில் அலைவரிசைகளுக்கு விளம்பரதாரர்களிடம் இருக்கும் செல்வாக்கு, கௌரவமான இதழாளர்கள் என்ற கூட்டு மூலதனம் போன்ற அறி குறிகள் வாயிலாகவும், அலைவரிசைகளின் பலத்துக்கு ஏற்ப அவற் றுக்கு இடையே அமையும், பார்க்கப்படாவிட்டாலும் உணரப் படக்கூடிய, அதிகார உறவுகளின் மூலமாகவும், கண்ணுக்குத் தெரி யாத விதத்தில் இந்தப் போட்டியின் வடிவம் இருக்கிறது. வேறு விதமாகச் சொல்வதானால், அலைவரிசைகளுக்கு இடையே பரஸ் பர பரிமாற்றங்கள், ஒருவருக்கொருவர் பேசிக்கொள்பவர்கள் அல் லது பேச்சுவார்த்தை இல்லாதவர்கள், பரஸ்பரம் ஒருவரையொரு வர் பாதித்துக்கொள்பவர்கள், ஒருவருக்கொருவர் மற்றவர் எழுது வதைப் படிப்பவர்கள் என்று நான் இதுவரை சொன்னவை எல்லாம் இருப்பது மட்டும் அல்லாமல், சுத்தமாகக் கண்ணுக்குத் தெரியாத பலம் சார்ந்த உறவுகளும் இருக்கின்றன. ஆகவே, *TF1*இலோ அல்லது ஆர்த்தேவிலோ *(ARTE)* என்ன நடக்கப்போகி றது என்பதைப் புரிந்துகொள்ள, தொலைக்காட்சிக் களத்தின் கட்டுமானத்தின் கூறுகளாக இருக்கும் யதார்த்தமான, பலம் சார்ந்த உறவுகள் அனைத்தையும் கணக்கில் எடுத்துக்கொள்ள வேண்டும். (உதாரணமாக, பொருளாதார நிறுவனங்கள் என்ற களத்தை எடுத் துக்கொண்டால், மிகச் சக்தி வாய்ந்த நிறுவனம் ஒன்றுக்குப் பொரு ளாதார வெளியையே கிட்டத்தட்ட முழுமையாக மாற்றி அமைக் கும் சக்தி இருக்கிறது; விலைகளைக் குறைப்பதன் மூலம் புதிய நிறுவனங்கள் உள்ளே வருவதைத் தடுக்க முடியும். நுழைவாயிலில் ஒருவிதத் தடுப்புச் சுவரை எழுப்ப முடியும்.) தொலைக்காட்சிக் களத்தில் இந்த மாற்றங்கள் வேண்டுமென்றே செய்யப்பட வேண் டும் என்ற அவசியம் இல்லை. விசேஷ அதிகாரங்கள் பலவற்றைத் தன்வசம் சேர்த்துக்கொண்ட ஒரு சாதாரணக் காரணத்தினால் மட் டுமே ஒலிஒளித்துறை சூழலையே *TF1* மாற்றிவிட்டது. இந்த அதி காரங்கள் சந்தையில் பங்குகளின் விகிதத்தை மாற்றியமைக்கின் றன. தொலைக்காட்சிப் பார்வையாளர்களோ இதழாளர்களோ இந்த அமைப்பைப் பார்ப்பதில்லை; அதன் விளைவுகளைத்தான் அவர்கள்

பார்க்கிறார்கள். ஆனால், தாங்கள் இருக்கும் நிறுவனத்தின் செல்வாக்கு எந்த அளவுக்குத் தங்கள் மீதும், நிறுவனத்தில் தங்களுக்கு இருக்கும் இடம், அந்தஸ்து ஆகியவற்றின் மீதும் அழுந்துகிறது என்பதை இதழாளர்கள் பார்ப்பது இல்லை. ஒரு இதழாளர் என்ன செய்ய முடியும் என்பதைப் புரிந்துகொள்ள வேண்டுமென்றால், பலவித அளவுகோல்களை நினைவில்கொள்ள வேண்டும். முதலாவதாக, இதழியல் களத்தில் தான் பணிபுரியும் துறைக்கு—உதாரணமாக, லெ மோந்துக்கு அல்லது TF1க்கு—இருக்கும் இடம் என்ன என்பதையும், இரண்டாவதாக, தன்னுடைய பத்திரிகையில் அல்லது அலைவரிசையில் தனக்கு இருக்கும் இடம் என்ன என்பதையும் நினைவில்கொள்ள வேண்டும்.

களம் என்பது ஒரு குறிப்பிட்ட வகையில் அமைக்கப்பட்டிருக்கும் சமூக வெளி, அதிகாரச் சக்திகளைக் கொண்ட களம். இதில் ஆதிக்கம் செலுத்துபவர்களும் அடக்கப்படுபவர்களும் இருக்கிறார்கள். ஒரே தன்மை கொண்ட, நிரந்தரமான, சமத்துவமற்ற உறவுகள் இந்த வெளியில் செயல்படுகின்றன. தவிர, அதிகாரச் சக்திகளைக் கொண்ட இந்தக் களத்தை மாற்றவோ அல்லது அப்படியே பாதுகாக்கவோ சண்டைகள் நடக்கும் களமாகவும் இருக்கிறது. இந்த உலகத்தின் உள்ளே ஒவ்வொருவரும் மற்றவர்களுடன் தாங்கள் நடத்தும் போட்டியில் தங்கள் கைவசம் இருக்கும், இந்தக் களத்தில் தங்களுடைய இடத்தையும் உத்திகளையும் வரையறுக்கும் (கூடவோ, குறையவோ இருக்கும்) அதிகாரச் சக்தியை ஈடுபடுத்துகிறார்கள். அலைவரிசைகள் அல்லது பத்திரிகைகளுக்கு இடையே வாசகர்களுக்காகவோ பார்வையாளர்களுக்காகவோ அல்லது, பொதுவாகச் சொல்வதுபோல், சந்தையில் தங்கள் பங்குகளுக்காகவோ நடக்கும் பொருளாதார ரீதியிலான போட்டி, இதழாளர்கள் இடையேயான போட்டி என்ற திட்டவட்டமான வடிவத்தில் நடக்கிறது. இதில் ‘எல்லோருக்கும் முந்தி’ என்று சொல்லப்படும் ‘ஸ்கூப்’ என்ற செய்தி, பிரத்தியேகமான தகவல், தொழில் ரீதியிலான புகழ் போன்ற குறிப்பிட்ட, இந்தப் போட்டிக்கென்றேயான லாப நஷ்டங்கள் இருக்கின்றன. பண லாபத்துக்காக நடத்தப்படும், முற்றிலும் பொருளாதார ரீதியிலான போட்டியாக அது இருப்பதில்லை, அப்படித் தன்னைக் கருதிக்கொள்வதும் இல்லை. அதே சமயத்தில் குறிப்பிட்ட பத்திரிகை அல்லது அலைவரிசைக்குப் பொருளாதார ரீதியாகவும் அடையாள பலம் சார்ந்த உறவு ரீதியாகவும் இருக்கும் இடத்தைப் பொறுத்த நிர்ப்பந்தங்களுக்கு இந்தப் போட்டி அடிபணியவும் செய்கிறது. ஒருவரையொருவர் ஒரு

போதும் சந்தித்துக்கொள்ளாதவர்கள் இடையே, உதாரணமாக, லெ மோந்த், திப்லோமாத்திக் (இது அதீத உதாரணமாக இருந்தாலும்) *TF1* ஆகியவர்கள் இடையே, கண்ணுக்குத் தெரியாத யதார்த்தம் சார்ந்த உறவுகள் இன்று இருக்கின்றன. ஆனால், அறிந்தும் அறியாமலும் அவர்கள் மேற்கொள்ளும் செயல்களில், ஒரே சூழலில் இருக்கிற காரணத்தினால் அவர்கள்மீது செயல்படும் நிர்ப்பந்தங்களையும் விளைவுகளையும் நாம் கணக்கில் எடுத்துக்கொள்ள வேண்டியதாகிறது. வேறு விதமாகச் சொல்வதானால், ஒரு இதழாளர் இன்று என்ன சொல்வார் அல்லது எழுதுவார் என்றோ, எது அவருக்குக் கண்கூடாக இருக்கும், எதை அவர் நினைத்துப்பார்க்க முடியாது, எது அவருக்கு இயல்பாக இருக்கும், எது கௌரவக் குறைவாக இருக்கும் என்றோ நான் தெரிந்துகொள்ள வேண்டுமென்றால், இந்த வெளியில் அவர் என்ன இடத்தை வகிக்கிறார் என்பதை நான் தெரிந்துகொள்ள வேண்டும்; அதாவது, அவருடைய துறைக்கு இதழியலில் எந்த அளவுக்குக் குறிப்பிட்டுச் சொல்லும்படியான அதிகாரம் இருக்கிறது என்று தெரிந்துகொள்ள வேண்டும். அதைக் கணக்கிட்டுச் சொல்ல அந்த நிறுவனத்தின் பொருளாதாரச் செல்வாக்கு, சந்தையில் அதற்கு இருக்கும் பங்கு ஆகியவை மட்டும் அல்லாமல், அளவிட்டுச் சொல்வதற்குக் கடினமான அடையாளச் செல்வாக்கு உட்பட பல அளவுகோல்கள் இருக்கின்றன. (உண்மையில், இதை முழுமையாகக் கணக்கிட வேண்டும் என்றால், உலகளவிலான ஊடக வெளியில் தேசிய ஊடக வெளியின் இடம் என்ன என்பதைக் கணக்கில் எடுத்துக்கொள்ள வேண்டும். உதாரணமாக, அமெரிக்கத் தொலைக்காட்சியின் பொருளாதார, தொழில்நுட்ப ரீதியான ஆதிக்கத்தை மட்டும் அன்றி அடையாள ஆதிக்கத்தையும் கணக்கில் எடுத்துக்கொள்ள வேண்டும். பெரும்பாலான இதழாளர்களுக்கு அமெரிக்கத் தொலைக்காட்சிதான் ஒரு முன்னுதாரணமாகவும் கருத்துகள், சூத்திரங்கள், செயல்முறைகள் ஆகியவற்றுக்கு மூலமாகவும் இருக்கிறது.)

இந்த அமைப்பை இன்றைய வடிவத்தில் நன்றாகப் புரிந்துகொள்ள இது எப்படி நிர்மாணிக்கப்பட்டது என்கிற வரலாற்றைப் புரட்டிப் பார்க்க வேண்டும். 50களில் இதழியல் வெளியில் தொலைக்காட்சி மிகவும் அரிதாகக் காணப்பட்டது; இதழியலைப் பற்றிப் பேசும்போது தொலைக்காட்சியைக் கருத்தில் கொள்வது அரிதாக இருந்தது. தொலைக்காட்சியினர் இரு விதமான ஆதிக்கங்களுக்கு உள்ளாகி இருந்தார்கள்: அரசியல் அதிகாரங்களைச் சார்ந்து இருப்பதாகச் சந்தேகப்பட்டதால், அடையாளப் பண்

பாட்டு ரீதியாகவும், செல்வாக்கு ரீதியாகவும் ஆதிக்கத்துக்கு உட்பட்டு இருந்தார்கள். தவிர, அரசாங்கத்தின் மானியங்களைச் சார்ந்து இருந்ததால், அதன் காரணமாக திறமையும் செல்வாக்கும் குறைவாக இருந்ததால், பொருளாதார ரீதியிலும் அவர்கள் ஆதிக்கத்துக்கு உட்பட்டு இருந்தார்கள். வருடங்கள் செல்லச்செல்ல (இந்தச் செயல்பாட்டை விவரமாகச் சொல்ல வேண்டியிருக்கும்) இந்த உறவு முற்றிலும் தலைகீழாக மாறிவிட்டது. இதழியல் களத்தில் பொருளாதார ரீதியாகவும் அடையாள ரீதியாகவும் தொலைக்காட்சி ஆதிக்கம் செலுத்தும் நிலைக்கு வரப்பார்க்கிறது. பத்திரிகைகள் இடையேயான நெருக்கடிச் சூழலில் இந்தப் போக்கு குறிப்பாக வெளிப்படுகிறது. சில பத்திரிகைகள் மறைந்துபோய்க் கொண்டிருக்கின்றன. இன்னும் சில ஒவ்வொரு கணமும் தங்கள் பிழைப்பையும், வாசகர்களை வெல்வதையும் அல்லது மீண்டும் பெறுவதையும் கேள்விக்குறிகளாக எதிர்கொள்கின்றன. குறைந்த பட்சம், பிரான்ஸ் நாட்டைப் பொறுத்தவரை துணுக்குச் செய்திகள், விளையாட்டு போன்றவற்றைப் பிரதானப்படுத்திய பத்திரிகைகள்தான் இதே விஷயங்களில் மேலும்மேலும் கவனத்தைச் செலுத்தும் தொலைக்காட்சியினால் அபாயத்துக்கு ஆளாகும் நிலையில் இருக்கின்றன. அதே சமயம், துணுக்குச் செய்திகள், விளையாட்டு இவற்றைப் பின்னுக்குத் தள்ளி, முதல் பக்கத்தில் அயல்நாட்டு அரசியல் செய்திகள், உள்நாட்டு அரசியல், அரசியலைப் பற்றிய ஆய்வுகள் ஆகியவற்றுக்கு முக்கியத்துவம் அளித்துப் பிரசுரிக்கும், பிரசுரித்துக்கொண்டிருந்த பொறுப்புள்ள இதழியல் கடமையிலிருந்து தொலைக்காட்சி தப்பித்துக்கொள்கிறது.

இப்படி நான் சொல்வது எல்லாம் ஒரு வர்ணனைதான்; இன்னும் பல விவரங்களுக்குள் நுழைந்துபார்க்க வேண்டியிருக்கிறது. இதழியலில் பல்வேறு துறைகளுக்கு இடையே (ஒன்றை மட்டும் எடுத்துக்கொள்ளக் கூடாது) உள்ள உறவுகளின் பரிணாம வளர்ச்சி பற்றிய சமூக ரீதியிலான வரலாற்றைப் படைக்க வேண்டும். (துரதிர்ஷ்டவசமாக அப்படி எதுவும் இதுவரை இல்லை.) இந்த உலகம் முழுவதையும் பற்றிய அமைப்பியல் ரீதியான வரலாறு என்ற மட்டத்தில்தான் பல முக்கியமான விஷயங்கள் தெரியவரும். மற்றவற்றுடன் ஒப்பிட்டுப் பார்க்கும்போது இருக்கும் செல்வாக்குதான் ஒரு களத்தில் கணக்கில் எடுத்துக்கொள்ளப்பட வேண்டும்: ஒரு பத்திரிகை எந்த விதத்திலும் மாறாமல் இருந்தாலும், ஒரு வாசகனையும் இழக்காமலே இருந்தாலும், எந்த விதத்திலும் பத்திரிகையில் மாறுதல்கள் செய்யாமலே இருந்தாலும், தன்னுடைய செல்வாக்கும்,

தன்னுடைய வெளியில் ஒப்பிட்டுப் பார்க்கும்போது தனக்கு இருக்கும் இடமும் மாறிவிடுவதால், பெரும் அளவில் மாற்றங்களுக்கு உள்ளாகிறது. உதாரணமாக, ஒரு பத்திரிகை தன்னைச் சுற்றியுள்ள வெளியை மாற்றுவதற்கான தன் சக்தியை இழக்கும்போது, தான் வைத்ததுதான் சட்டம் என்ற நிலைமையை இழக்கும்போது அதன் ஆதிக்கம் முடிவுக்கு வந்துவிடுகிறது. ஒரு காலத்தில் அச்சு இதழ் உலகில், லெ மோந்த் ஆளுமை செலுத்திக்கொண்டிருந்தது. நாட்டு நடப்புகள், துணுக்குச் செய்திகள் போன்ற **செய்திகளை** *(news)* அளிக்கும் பத்திரிகைகளுக்கும், கருத்துகள், ஆய்வுகள் போன்ற **பார்வைக் கோணங்களை** *(views)* அளிக்கும் பத்திரிகைகளுக்கும் இடையே உள்ள முரண்பாடுகளைப் பிரதிபலிக்கும் ஒரு களம் இருந்தது; பிரான்ஸ் ஸ்வார் *(France Soir)* போன்று பெரும் எண்ணிக்கையில் அச்சிடப்படும் பத்திரிகைகளுக்கும், அவற்றுடன் ஒப்பிடுகையில், சிறிய அளவே அச்சிடப்பட்டாலும் கிட்டத்தட்ட அதிகாரபூர்வமான அங்கீகாரம் பெற்றிருக்கும் பத்திரிகைகளுக்கும் இடையே முரண்பாடு இருக்கிறது. இது போன்ற முரண்பாட்டைப் பற்றி எல்லா வரலாற்று ஆசிரியர்களும் ஏற்கனவே சொல்லியிருக்கிறார்கள். லெ மோந்த் இரண்டு விதங்களிலும் வலுவான நிலையில் இருந்தது: விளம்பரதாரர்களின் பார்வையில் ஒரு சக்தியாகக் கருதப்படக்கூடிய அளவுக்கு அதன் பிரதிகளின் எண்ணிக்கை பெரிதாக இருந்தது. அதே சமயம், ஒரு அதிகார அந்தஸ்து பெற்றிருப்பதற்கான அளவு அடையாள மூலதனமும் அதற்கு இருந்தது. இந்தக் களத்தில் வலிமையுடன் இருப்பதற்கான இரண்டு காரணிகளும் சேர்ந்து இருந்தன.

சிந்தனை ரீதியான பத்திரிகைகள் 19ஆம் நூற்றாண்டின் இறுதியில் தோன்றின. பண்பட்ட வாசகர்கள் இடையே பயத்தையோ அருவருப்பையோ உண்டாக்கியதுடன், மிகப் பெரிய அளவில் அச்சிடப்பட்டு விநியோகிக்கப்பட்ட பரபரப்புச் செய்திப் பத்திரிகைகளுக்கு எதிர்விளைவாக இவை தோன்றின. இதைப் போலவே மிகப் பெரிய அளவில் மக்கள் ஊடகமாகத் தொலைக்காட்சி இன்று புதிதாகத் தோன்றியிருக்கிறது. ஆனால் அதன் வீச்சு ஒன்றுதான் வித்தியாசமான அம்சம். இங்கு நான் சற்று விலகி வந்து வேறு ஒன்றைச் சொல்லப்போகிறேன்: ஒரே மாதிரியாகத் தோன்றும் இரண்டு மாயைகளில் ஏதாவது ஒன்றில் விழுந்துவிடும் அபாயத்தைத் தவிர்ப்பது என்பது சமூகவியலாளர்களுக்கு இருக்கும் பெரும் பிரச்சினைகளில் ஒன்று. ''ஒருபோதும் பார்த்ததில்லை'' என்ற மாயை (சில சமூகவியலாளர்களுக்கு இதில் கொள்ளைப் பிரியம். ஏனென்றால்,

சில எதிர்பாராத நிகழ்வுகளை, புரட்சிகளை அறிவிப்பது, அதுவும் தொலைக்காட்சி வாயிலாக என்பதே ஒரு தனி அழகுதான்); ''எப்போதும் தெரிந்ததுதானே'' என்கிற மாயை (பெரும்பாலும் இது சம்பிரதாயமான சமூகவியலாளர்களின் நிலைப்பாடு: ''இப்பூவுலகில் புதிதாக ஒன்றும் இல்லை. இங்கு ஆதிக்கம் செலுத்துபவர்களும்-அடக்கப்படுபவர்களும், பணக்காரர்களும்-ஏழைகளும் எப்போதும் இருந்துகொண்டுதான் இருப்பார்கள்...''). இதில் எப்போதும் ஒரு பெரும் அபாயம் இருக்கிறது. அதுவும் வெவ்வேறு காலகட்டங்களுக்கு இடையிலான ஒப்புமை மிகவும் கடினம் என்பதால் இந்த அபாயம் அதிகமாகவே இருக்கிறது: ஒரு அமைப்பையும் மற்றொரு அமைப்பையும் மட்டும்தான் ஒப்பிட முடியும். அதிலும் வெறும் பண்பாட்டு அறியாமையினால், தவறாகப் புரிந்துகொண்டு, சாதாரண ஒரு விஷயத்தைக்கூட எதிர்பாராத ஒன்றாக விவரிக்கும் அபாயம் எப்போதும் இருக்கிறது. இதழாளர்கள் சில சமயங்களில் அபாய கரமானவர்களாக இருப்பதற்கான காரணங்களில் இது ஒன்று: ஒரு சிலரைத் தவிர, பொதுவாக மெத்தப் படித்தவர்களாக அவர்கள் இல்லாததால், மிகவும் வியப்படையத் தகுந்ததாக இல்லாதவற்றைப் பார்த்து வியக்கிறார்கள், உண்மையிலேயே அசத்திவிடும் விஷயங்களைக் குறித்து வியப்பு அடைவதில்லை... எங்களுக்கு—சமூகவியலாளர்களுக்கு—வரலாறு என்பது தவிர்க்கப்பட முடியாதது; துரதிர்ஷ்டவசமாக, பல துறைகளில், குறிப்பாக அண்மைக் கால வரலாறு என்கிற துறையில், அதுவும் இதழியல் போன்ற புதிய நிகழ்வுகளைப் பொறுத்தவரை போதிய அளவுக்கு ஆய்வுகள் எதுவும் இன்னும் செய்யப்படவில்லை.

சாதாரணமாக்கும் சக்தி

தொலைக்காட்சியின் தோற்றத்தின் விளைவுகள் என்ற பிரச்சினைக்குத் திரும்பி வருவோம்: ''ஒருபோதும் பார்த்ததில்லை'', ''எப்போதும் தெரிந்ததுதான்'' என்பவை எதிர்எதிரான நிலைபாடுகள் என்பது உண்மைதான், ஆனால், இந்த அளவு தீவிரத்துடன் அது வெளிப்படவில்லை. (இங்கு நான் இரண்டுக்கும் இடைப்பட்ட நிலையை மேற்கொள்கிறேன்.) தொலைக்காட்சி, பெரும் எண்ணிக்கையில் மக்களைச் சென்று அடைய முடிகிற தன்னுடைய சக்தியினால் அச்சு இதழ்த் துறை உலகுக்கும், பொதுவாகப் பண்பாட்டு உலகுக்கும் அதிபயங்கரமான ஒரு பிரச்சினையை முன்வைக்கிறது. அனைவரையும் நடுங்கவைத்துக்கொண்டிருந்த வெகுஜன அச்சு

இதழ்த் துறை தொலைக்காட்சியின் முன் ஒன்றுமே இல்லை என்றாகி விட்டது. (ஆங்கில எழுத்தாளர்கள் இடையே வெகுஜன அச்சு இதழ்த் துறையின் தோற்றம் கிளப்பிவிட்ட பய உணர்வுதான் கவிதையில் ரொமான்டிக் புரட்சி ஏற்படக் காரணமாக இருந்திருக்கலாம் என்கிற சாத்தியக்கூறை ரேமோன் வில்லியம்ஸ் முன்வைத்துள்ளார்.) அதன் பரந்த வீச்சினாலும், முற்றிலும் அசாதாரணமான அதனுடைய செல்வாக்கினாலும், தொலைக்காட்சி ஏற்படுத்துகிற விளைவுகள், அவற்றுக்கு முன்னுதாரணங்கள் இல்லாமல் இல்லை என்றாலும்கூட, இதுவரை முற்றிலும் அறிந்திராதவை.

உதாரணமாக, பிரெஞ்சு மொழியில் காலை, மாலை தினசரிகள் எல்லாம் சேர்ந்து செய்வதைவிட அதிகமான மக்களை இரவு 8 மணிச் செய்தி நிகழ்ச்சியின்போது தொலைக்காட்சி தனக்கு முன்னால் திரட்ட முடிகிறது. இது போன்ற ஊடகம் ஒன்று அளிக்கும் தகவல், மேடுபள்ளங்கள் இல்லாத, ஒரே சீராக ஆக்கப்பட்ட ஆம்னிபஸ் தகவலாக ஆகிவிடும்போது, அதனால் ஏற்படக்கூடிய அரசியல், பண்பாட்டு விளைவுகள் நிதர்சனமாகிவிடுகின்றன. இது எல்லாரும் நன்றாக அறிந்த ஒரு விதி: எத்தனைக்கு எத்தனை இதழியலின் ஒரு துறையோ ஒரு வெளிப்பாட்டு ஊடகமோ பெரும் அளவு மக்களைச் சென்று அடைய விரும்புகிறதோ, அத்தனைக்கு அத்தனை தன்னுடைய மேடுபள்ளங்களை—எவையெல்லாம் பிரிக்குமோ, எவையெல்லாம் விலக்குமோ அவற்றை எல்லாம்—இழந்தாக வேண்டியிருக்கிறது; அத்தனைக்கு அத்தனை, வழக்கமாகச் சொல்லப்படுவது போல் "யாரையும் திடுக்கிடச்செய்யாமல்", அதாவது, எந்தப் பிரச்சினையையும் எழுப்பாமல், விவகாரம் எதிலும் மாட்டிக்கொள்ளாத பிரச்சினைகளை மட்டுமே பேச முனைகிறது. மழை தேவை என்று அதை எதிர்நோக்கி இருக்கும் கிராமவாசியிடம் விடுமுறைக்காகச் சென்றிருக்கும் நீங்கள் அதைப் பற்றிப் பேச நேர்ந்தாலே ஒழிய, மழை என்பது பேசுவதற்கு ஒரு மிகச் சிறந்த, சாதுவான விஷயம். எவ்வளவுக்கு எவ்வளவு ஒரு பத்திரிகை தன்னுடைய பரப்பை விஸ்தரித்துக்கொள்கிறதோ, அவ்வளவுக்கு அவ்வளவு பிரச்சினைகளையே எழுப்பாத ஆம்னிபஸ் விஷயங்களை நோக்கியே அது செல்கிறது. வாங்கிக்கொள்பவரின் கண்ணோட்ட வகைகளுக்கு ஏற்றவாறு பொருள் கட்டமைக்கப்படுகிறது.

நான் ஏற்கனவே விவரித்திருந்த ஒருபடித்தாக்குதல், சாதாரணமாக்குதல், "ஊருடன் ஒத்துப்போவது", "அரசியலற்றதாக ஆக்குவது" போன்றவற்றைச் செய்ய முனையும் கூட்டுமுயற்சி, அனைத்

தையும் அனைவருக்கும் சௌகரியமாக்கிவிடுகிறது. சரியாகச் சொல்லப்போனால் ''இப்படிச் செய்பவர் இவர்தான்'' என்று சொல்லும்படி எவரும் இல்லை, எவருமே ''இதை இப்படி ஒருபோதும் நினைத்துப் பார்த்ததும் இல்லை, விழைந்ததும் இல்லை.'' இது, சமூக உறவு உலகில் அடிக்கடி காணப்படும் ஒன்று: யாரும் விருப்பப்பட்டிராத, ஆனால் எவருடைய விருப்பப்படியோதான் நடந்திருக்கிறது என்று தோன்றக்கூடிய விஷயங்கள் நடப்பதைப் பார்க்கிறோம். அதாவது, எல்லோருக்கும் இசைவுள்ள, ஏற்கனவே தெரிந்த விஷயங்களை ஊர்ஜிதம் செய்யும், இன்னும் குறிப்பாக, மனத்தில் உருவாகியிருக்கும் அமைப்புகளைக் கலைக்காமல் விட்டுவைக்கும் 'தொலைக்காட்சிச் செய்திகள்' என்ற மிக விநோதமான ஒரு பொருளைப் பார்க்கிறோம்; இது போன்ற தயாரிப்பு யாருடைய விருப்பப்படியும் செய்யப்படவில்லை என்பதும், இதற்கு நிதி அளிப்பவர்களின் தலையீடுகூடத் தேவை இல்லாமல் இருந்திருக்கிறது என்பதும் உண்மை. இது போன்ற நிகழ்வுகளைப் புரிந்துகொள்ளத் தேவையான மூளையின் செயல்பாடுகள் அனைத்திலிருந்தும் எளிமைவாத விமர்சனம் விலக்கு அளித்துவிடுகிறது என்பதனால்தான், இத்தகைய விமர்சனம் அபாயகரமானதாக ஆகிவிடுகிறது. சமூகத்தின் லோகாயத அடிப்படைகளைப் பாதிக்கும் வகையிலான புரட்சிகள், அதாவது மதகுருக்களுடைய சொத்துகளை அரசுடைமை ஆக்குவது[13] என்பது போன்ற, சாதாரணமாக எப்போதும் நினைவுக்கு வரும் புரட்சிகள் ஒருபுறம் இருக்கின்றன. இவை தவிர, மன அமைப்புகளைப் பாதிக்கும், அதாவது நாம் பார்க்கும் அல்லது சிந்திக்கும் விதங்களை மாற்றி அமைக்கும் அடையாளப் புரட்சிகளும் இருக்கின்றன. இந்த அடையாளப் புரட்சிகளைக் கலைஞர்களோ, படித்தவர்களோ அல்லது மதச் சார்புள்ள பெரும் தீர்க்கதரிசிகளோ அல்லது சில சமயங்களில், சற்றே அரிதாக, பெரும் அரசியல் தீர்க்கதரிசிகளோ செய்கிறார்கள். ஓவியக் கலையில் மானெ (Manet) இது போன்ற ஒன்றைத்தான் செய்தார்: சமகாலத்தைச் சேர்ந்த எதுவும் மரபுக்கு எதிரானதே என்ற ஒரு அடிப்படைக் கருத்தைத் தலைகீழாக மாற்றினார். அந்தக் கருத்துதான் அவர் காலத்தில் கல்வி முறையின் அடிப்படையாக இருந்துவந்தது. தொலைக்காட்சி போன்ற அவ்வளவு வலிமை வாய்ந்த கருவி மிகச் சிறிய அளவில்கூட இது போன்ற ஒரு அடையாளப் புரட்சியை நோக்கிச் செயல்பட்டால் அது உடனே தடுத்து நிறுத்தப்படும் என்று நான் நிச்சயமாகச் சொல்வேன்... ஆனால், இப்போதோ, யாரும் அதனிடம் புரட்சிசெய்யும்படி கேட்க வேண்டிய அவசியமே இல்லை. போட்டிச் சூழலின்

நியதி ஒன்றின் மூலமே, நான் ஏற்கனவே சொல்லியிருக்கும் இயங்குமுறைகளும் இணைந்துவிட்ட நிலையில், தொலைக்காட்சி அப்படி எதுவும் செய்வதில்லை. மக்கள் மனத்தில் குடிகொண்டிருக்கும் அமைப்புகளை அது கச்சிதமாக அனுசரித்துப்போகிறது. தொலைக்காட்சி முன்வைக்கும் ஒழுக்கவாதத்தின் அடிப்படையில் அலசப்பட வேண்டிய டெலிதான் *(Telethon)*[14] பற்றியும் என்னால் சொல்ல முடியும். ''நல்ல உணர்வுகளைக் கொண்டு மோசமான இலக்கியம் படைக்கப்படுகிறது'', என்றார் ழீத் (Andre Gide). ஆனால், இங்கு நல்ல உணர்வுகளைக் கொண்டு ''தொலைக்காட்சிப் பார்வையாளர் கணிப்பு செய்யப்படுகிறது.'' தொலைக்காட்சியினரின் ஒழுக்கப் பற்று குறித்துச் சிந்தித்துப்பார்க்க வேண்டியது அவசியம்: மரபுரீதியான ஒழுக்கநெறிகளுக்கு எதிராக துச்சமாகப் பெரும்பாலும் பேசும் இவர்கள், நடந்துகொள்ளும் இவர்கள், ஒழுக்க ரீதியில் ஒத்துப்போவது என்ற முற்றிலும் அசாதாரணமான ஒரு நிலைப்பாட்டை ஆதரிக்கிறார்கள். தங்களைச் சற்றும் சிரமப் படுத்திக்கொள்ளாமல், குட்டி பூர்ஷ்வாக்களுக்கே உரித்தான ஒழுக்க நெறிக்கு வக்காலத்து வாங்கும் குறு மனசாட்சி நெறியாளர்களாக நமது தொலைக்காட்சிச் செய்தி அறிவிப்பாளர்களும், விவாதங்களை நடத்துபவர்களும், விளையாட்டு விமர்சகர்களும் ஆகிவிட்டனர். புறநகர்ப் பகுதிகளில் நடக்கும் தாக்குதல்கள் அல்லது பள்ளிக்கூடங்களில் வன்முறை போன்ற, 'சமூகப் பிரச்சினைகள்' என்று அவர்கள் சொல்லும் விஷயங்களைப் பற்றி 'நமது அபிப்பிராயம் என்னவாக இருக்க வேண்டும்' என்று அவர்கள்தான் சொல்கிறார்கள். கலை, இலக்கியத் துறைகளிலும் இதேதான் நடக்கிறது: ஒளிபரப்பாகும் மிகப் பிரபலமான இலக்கிய நிகழ்ச்சிகளும் ஊருடன் ஒத்துப்போவது, பண்டித மரபுகளைப் பேணுவது போன்ற நிலைபெற்றுவிட்ட மதிப்பீடுகளுக்கோ அல்லது பொருளாதாரச் சந்தையின் மதிப்பீடுகளுக்கோதான் சேவை செய்கின்றன. அதுவும், நாளுக்குநாள் கூடுதலான அடிமைத்தனத்தோடு.

தகவலைத் தயாரித்துப் பெருமளவில் பரப்புவதற்கான கருவிகளின் மீது இதழாளர்களுக்கு—இதழியல் களத்துக்கு என்றே சொல்ல வேண்டும்—யதார்த்தத்தில் ஒரு ஏகபோக அதிகாரம் இருக்கிறது. இந்தக் கருவிகளின் உதவியால், சாதாரணக் குடிமக்களுக்கு மட்டும் அல்லாமல், படித்தவர்கள், கலைஞர்கள், எழுத்தாளர்கள் போன்ற மற்ற பண்பாட்டுத் தயாரிப்பாளர்களுக்குப் பெரும் அளவில் தகவல் பரப்புவதற்கு இருக்கும் 'பொதுவான வெளி' என்று சில சமயங்களில் சொல்லப்படும் வெளியை அடைவதற்கான வழிகள்

மீதும் இதழாளர்களுக்கு இதே ஏகபோக அதிகாரம் இருக்கிறது. இது தான் சமூக உறவுகள் உலகத்தில் அவர்களுக்கு முக்கியத்துவத்தை அளிக்கிறது. (ஒரு தனிமனிதன் என்கிற முறையிலேயோ அல்லது ஏதாவது ஒரு கழகம் அல்லது சங்கத்தின் அங்கத்தினர் என்ற முறையிலேயோ ஒரு தகவலை மிகப் பெரிய அளவில் பரப்ப வேண்டும் என்று ஒருவர் விரும்பும்போது, இந்த ஏகபோக அதிகாரத்துடன்தான் மோதுகிறார்.) பண்பாட்டுத் தயாரிப்புக் களங்களில் அதிகார ரீதியாகத் தாழ்ந்த இடத்தை வகித்துக்கொண்டு, ஆதிக்கத்துக்கு உள்ளாகும் நிலையில் இருந்தாலும், இதழாளர்கள் மிகவும் அரிதான ஒருவித ஆதிக்கத்தைச் செலுத்துகிறார்கள்: ஊரறியத் தங்கள் கருத்தைச் சொல்ல, ஊரறிய இருத்தல் பெற, எல்லோருக்கும் தெரிந்தவராக இருக்க, **மக்களிடையே பிரபலம்** அடைய வழிசெய்யும் சாதனங்களின் மீது அவர்களுக்கு அதிகாரம் இருக்கிறது ('மக்களிடையே பிரபலம்' என்பது, அரசியல்வாதிகளும், சில அறிவுஜீவிகளும் பணயமாக வைக்கும் விஷயங்களில் பிரதான மான ஒன்று). இதனால், இதழாளர்கள் (குறைந்தபட்சம், அவர்களில் மிகுந்த செல்வாக்கு உடையவர்கள்) மற்றவர்கள் புடைசூழ இருப்பதையும், தங்களுடைய அறிவுத்திறனுக்குப் பெரும்பாலும் பொருத்தமற்ற அளவில் கவனம் பெறுவதையும் சாத்தியமாக்கு கிறது. இந்த அங்கீகரிக்கும் அதிகாரத்தின் ஒரு பகுதியைத் தங்கள் சுயலாபத்துக்காக அவர்களால் பயன்படுத்திக்கொள்ள முடிகிறது. (இதழாளர்களால் சில சமயங்களில் மற்ற பிரிவினர்மீது ஆதிக்கம் செலுத்த முடிகிறது. அவர்களில் அறிவுஜீவிகளும்—இவர்களில் ஒரு வராகக் கருதப்படுவதில்தான் இதழாளர் களுக்கு தீவிர வேட்கை— அரசியல்வாதிகளும் அடங்குவர். ஆதிக்கம் செலுத்த முடிந்தாலும் இந்தப் பிரிவினரைவிட அமைப்பு ரீதியில் தாழ்ந்த நிலையில் இதழாளர்கள்—மிகப் பிரபலமானவர்கள்கூட—இருக்கிறார்கள் என்ற உண்மை அவர்களுடைய நிரந்தர, அறிவுஜீவி-விரோத மனப் பான்மையை விளக்க உதவும்.)

எல்லாவற்றுக்கும் மேலாக, பொதுமக்கள் பார்வையில் இருப்பதற்கும், பெரிய அளவில் கருத்துகளைச் சொல்வதற்கும் இதழாளர் களுக்கு நிரந்தர வாய்ப்பு இருப்பதால்—தொலைக்காட்சி வரும் வரை மிகப்புகழ் வாய்ந்த பண்பாட்டுத் தயாரிப்பாளர்கூட நினைத்துப்பார்த்திருந் திருக்க முடியாத வாய்ப்பு இது—இதழாளர் களால் ஒட்டுமொத்தமாக சமுதாயத்தின் மீது தாங்கள் உலகைப் பார்க்கும் முறைகளை, அதாவது தாங்கள் பிரச்சினைகள் என்று கருதுவதை, தாங்கள் பார்க்கும் கோணங்களைத் திணிக்க முடிகி

றது. இதை மறுக்கும் வகையில் இதழியல் துறையின் உலகம் பல பிரிவுகளாக, வேறுபட்டு, பலவகைப்படுத்தப்பட்டு இருக்கிறது என்றும், அதனால் எல்லாவிதக் கருத்துகளுக்கும், எல்லா விதப் பார்வைகளுக்கும் பிரதிநிதியாக இருப்பதற்கோ அல்லது அவற்றை வெளிப்படுத்த வாய்ப்பு அளிப்பதற்கோ சாதகமான நிலை இருக்கிறது என்றும் சொல்லப்படலாம். (இதழியல் துறையின் திரையைக் கடந்து அப்பால் செல்வதற்கு இதழாளர்கள் இடையேயும், பத்திரிகைகள் இடையேயும் உள்ள போட்டியைப் பயன்படுத்திக்கொள்ள முடியும் என்பது உண்மையே. அதுவும் ஒரு குறைந்தபட்ச அடையாளச் செல்வாக்கு இருக்குமானால் ஒரு குறிப்பிட்ட அளவுவரை மட்டுமே சாத்தியம்.) ஆனாலும், இதழியல் களம், மற்ற களங்களைப் போலவே, அவர்களிடையே பகிர்ந்துகொள்ளப்படும் சொந்த விருப்பு-வெறுப்புகளையும் நம்பிக்கைகளையும் சார்ந்து இருக்கிறது (நிலைப்பாடுகளிலும், கருத்துகளிலும் இருக்கும் வித்தியாசங்களையும் மீறி). சிந்தனையை ரகவாரியாகப் பிரிக்கும் குறிப்பிட்ட வழிமுறையும், மொழியுடன் இருக்கும் குறிப்பிட்ட உறவும், "தொலைக்காட்சியில் இது நன்றாக எடுபடும்" என்பது போன்ற அபிப்பிராயங்களால் சுட்டிக்காட்டப்படும் எல்லாமும் இந்த சொந்த விருப்பு-வெறுப்புகளில் அடங்கும். சமூக யதார்த்தத்தில் மட்டுமன்றி, ஒட்டுமொத்தமாக எல்லா அடையாளத் தயாரிப்புகளிலும் இதழாளர்கள் செயல்படுத்தும் தேர்வின் அடிப்படை விதியாக இருப்பதும் இதே விருப்பு-வெறுப்புகள்தான். பொது விவாதத்தில் கலந்துகொள்ள விழையும் எந்த ஒரு சொல்லாடலும் (விஞ்ஞான ஆய்வு, அரசியல் பிரகடனம்...), எந்த ஒரு செயலும் (பேரணிகள், வேலைநிறுத்தங்கள்...), இதழியல் துறையினால் தேர்ந்தெடுக்கப்படுவதற்கான இந்த ஒரு சோதனைக்கு ஆளாகாமல் இருக்க முடியாது. அதாவது, இந்தச் சோதனை, இதழாளர்கள் தங்களை அறியாமலேயே கையாளும் பயங்கரமான **தணிக்கை:** தாங்கள் **அக்கறை** கொள்ளத் தகுந்தவற்றை, தங்களுடைய 'கவனத்தை ஈர்க்கக்கூடியவற்றை', அதாவது தங்களுடைய பிரிவுகளுக்குள், கட்டங்களுக்குள் நுழைய முடிந்தவற்றை மட்டும் வைத்துக்கொண்டு, குடிமக்கள் அனைவரையும் சென்று அடையும் தகுதிவாய்ந்த அடையாள வெளிப்பாடுகளை முக்கியமற்றதாக ஆக்கி அல்லது அலட்சியப்படுத்தி ஒதுக்கிவிடும் பயங்கர 'தணிக்கை'.

தகவல் பரப்புச் சாதனங்களின் வெளியில் மற்றவற்றுடன் ஒப்பிடும் போது தொலைக்காட்சிக்கு இருக்கும் செல்வாக்கு அதிகரித்துக் கொண்டே போவதாலும், ஏற்கனவே ஆதிக்க நிலைக்கு வந்து

விட்ட தொலைக்காட்சியின் மீது இருக்கும் வர்த்தகக் கட்டுப் பாடுகளின் செல்வாக்காலும் மற்றொரு பின்விளைவு ஏற்படுகிறது. இதைக் கிரகித்துக்கொள்வது இன்னும் கடினம். அதாவது, தொலைக் காட்சி மூலம் நிகழும் பண்பாட்டுச் செயல்பாடு என்ற கொள்கை யிலிருந்து விலகி, நினைத்த மாத்திரத்தில் செயல்படுத்தும் ஜனரஞ்சக நிகழ்வு என்பதை நோக்கிச் செல்லும் விளைவுதான் அது. (இந்த விளைவு கண்கூடாகத் தொலைக்காட்சியில் நிலைபெற்றுவிட்டது என்றாலும், ஆழ்ந்த அக்கறையுள்ளவை என்று சொல்லிக்கொள்ளும் பத்திரிகைகளுக்கும் பரவிவருகிறது: சுதந்திரமாகத் தங்கள் கருத்து களையும் வாதங்களையும் முன்வைக்கும் வாசகர்களின் கடிதங் களுக்கு அளிக்கப்படும் இடம் நாளுக்கு நாள் அதிகரித்துக் கொண்டேபோகிறது.[15] 50களில் பண்பாட்டுச் சாதனமாகவே தொலைக்காட்சி இருக்க விரும்பியது. பண்பாடு சார்ந்ததுபோலக் காட்டிக்கொண்ட தயாரிப்புகளை எல்லோர்மீதும் திணிக்கவும் (ஆவணத் திரைப்படங்கள், செவ்வியல் படைப்புகளின் தழுவல் கள், பண்பாட்டு விவாதங்கள், இத்யாதி...), பாமர மக்களின் ரச னையை உருவாக்கவும் தன்னுடைய ஏகபோகத்தை ஒருவிதத்தில் பயன்படுத்திக்கொண்டது. 90களில் தொலைக்காட்சி இன்னும் மிகப் பெரிய அளவில் ரசிகர்களை அடைய வேண்டும் என்பதற் காக, கச்சாக் காட்சிகளை அளித்து, பார்வையாளர்களின் இந்த ரசனையைப் போற்றி, சுயலாபத்துக்காக அதைப் பயன்படுத்து வதைக் குறியாகக் கொண்டிருக்கிறது. இவற்றின் சிறந்த உதாரணம்: 'டாக்-ஷோ' (talk-show)—நிஜ வாழ்க்கைக் காட்சிகள், சொந்த அனு பவங்களை ஒளிவுமறைவு அற்ற காட்சிப் பொருள் ஆக்குதல். பல சமயங்களில் இவை அதீதமாகவும், பிறருடைய அந்தரங்க விஷயங் களில் நுழைந்துபார்க்கும் வக்கிரத்தைத் திருப்திப்படுத்துவதாகவும், தன்னைப் பிறருக்குக் காட்டிக்கொள்ள விரும்பும் வக்கிரத்தைத் திருப்திப்படுத்துவதாகவும் அமைகின்றன. (ஒரு கணப்பொழுது திரையில் தோன்றுவதற்காக, தொலைக்காட்சி விளையாட்டுகளில் சாதாரண பார்வையாளர்களாகவாவது பங்கு பெறச் சிலர் துடிப் பதைப்போல.) அதே சமயம், போதனை நோக்கத்தையும் ஒரு தந்தையின் தோரணையையும் கொண்ட அந்தக் காலத்துத் தொலைக்காட்சியை ஏக்கத்துடன் நினைவுகூரும் சிலருடனும் நான் இல்லை. மனத்தில் தோன்றியதைத் தோன்றியவாறே பாமரத் தனமாகக் காட்சிப்படுத்தும் தன்மையும் பாமர ரசனையைக் கருதி ஜனரஞ்சகத்துக்கு அடிபணியும் தன்மையும், பெரிய அளவில் தகவலைப் பரப்பும் சாதனங்களின் உண்மையான ஜனநாயகப்

பயன்பாட்டுக்கு விரோதமானவை என்றால், கடந்த காலத்துத் தொலைக்காட்சியை ஏக்கத்துடன் நினைவுகூர்வதும் அதே அளவில் விரோதமானதுதான்.

தொலைக்காட்சிப் பார்வையாளர் கணிப்பினால் மத்தியஸ்தம் செய்யப்படும் சண்டைகள்

வெவ்வேறு செய்தித்துறை அங்கங்கள் இடையே அவற்றின் பலம் குறித்த உறவுகளை அறிந்துகொள்ள, வெளித்தோற்றங்களுக்கு அப்பால், தொலைக்காட்சித் திரையில் என்ன பார்க்கிறோம் என் பதற்கு அப்பால், இதழியல் களத்துக்கு உள்ளே நடக்கும் போட்டி களுக்கும் அப்பால் செல்ல வேண்டும். ஏனென்றால், அவற்றின் இடையேயான பரிமாற்றங்கள் எப்படி இருக்க வேண்டும் என்பது இந்த உறவுகளின் ஆணைப்படிதான் நடக்கிறது. இன்று, சில குறிப் பிட்ட இதழாளர்கள் இடையே சில குறிப்பிட்ட விவாதங்கள் ஏன் நடைபெறுகின்றன என்பதைப் புரிந்துகொள்வதற்கு இவர்கள் சார்ந் திருக்கும் இதழியல் துறைக்கு இதழியல் வெளியில் என்ன இடம் இருக்கிறது என்பதையும், அந்தத் துறைக்குள் இவர்களுடைய இடம் என்ன என்பதையும் கருத்தில்கொள்ள வேண்டும். ஆக, லெ மோந்த் பத்திரிகையில் தலையங்கம் எழுதுபவர் என்ன எழுத முடியும், எதை எழுத முடியாது என்பதைப் புரிந்துகொள்ள இந்த இரு அம்சங்களையும் எப்போதும் நினைவில் கொள்ள வேண்டும். பதவி சார்ந்த இந்தக் கட்டுப்பாடுகள் தடைகளாகவோ ஒழுக்க ரீதியிலான கட்டளைகளாகவோ நடை முறையில் உணரப்படும்: "லெ மோந்தின் பாரம்பரியத்துக்கு இது ஒத்துவராது" என்றோ, "லெ மோந்தின் சிந்தனைக்கு இது முரணானது" என்றோ, "இங்கே இப்படிச் செய்வது வழக்கம் இல்லை" என்றோ, இப்படி இன் னும் பல. ஒழுக்க விதிமுறைகள் வடிவில் விதிக்கப்படும் இந்த நடைமுறைகள் இந்தக் களத்தின் அமைப்புக் குறித்த மற்றொரு வெளிப்பாடே. அந்த வெளியில் ஒரு குறிப்பிட்ட இடத்தை வகிக் கும் ஒருவர் மூலம் அவை வெளிப்படுகின்றன.

ஒரு களத்தில் அதன் பல்வேறு பாத்திரங்கள் அதே களத்தில் தங்க ளுக்குப் போட்டியாக இருக்கும் மற்றவர்களைப் பெரும்பாலும் சச் சரவை எழுப்புபவர்களாகவே சித்தரிக்கிறார்கள். அவர்களைப் பற் றிப் பேசும்போது பரிச்சயமான வார்ப்புகளுக்குள் அவர்களை அடக்கி அவமானப்படுத்துகிறார்கள். (விளையாட்டு வெளியில், ஒவ்வொரு விளையாட்டும் மற்ற விளையாட்டுகளுக்குப் பிரத்தி

யேக படிமங்களை உருவாக்குகிறது. ரக்பி விளையாடுபவர்கள் கால்பந்தாட்டக்காரர்களை "கையற்றவர்கள்" என்று சொல்வது போல.) அவர்கள் இடையே இருக்கும் பலங்களின் உறவைச் சரியாகக் கணக்கில் எடுத்துக்கொண்டு, அவற்றை மாற்றவோ பாதுகாக்கவோ முயலும் சண்டைக்கான உத்திகளாகவே இந்தச் சித்தரிப்புகள் பெரும்பாலும் அமைந்துவிடுகின்றன. இப்போதெல்லாம், அச்சுச் செய்தி இதழாளர்கள் இடையே, அதுவும் குறிப்பாக இந்தத் துறைக்குள் ஆதிக்கத்துக்கு உட்பட்ட இடத்தை வகிப்பவர்கள் இடையே—அதாவது, சிறு பத்திரிகைகளில் இருப்பவர்கள் இடையேயும் முக்கியத்துவம் இல்லாத நிலைகளில் இருப்பவர்கள் இடையேயும்—தொலைக்காட்சி குறித்து ஒரு கடும் விமர்சனச் சொல்லாடல் வளர்ந்துகொண்டுவருவதைப் பார்க்கிறோம்.

பார்க்கப்போனால் இந்தச் சித்தரிப்புகள் குறிப்பிட்ட நிலைப்பாடுகளை வெளிப்படுத்துகின்றன. அவற்றைச் சொல்பவர் கூடவோ குறைவாகவோ அவற்றை மறுப்பதுபோலத் தோன்றினாலும், அடிப்படையில் இந்தச் சித்தரிப்புகள் அவர் வகிக்கும் இடத்தை வெளிப்படுத்துகின்றன. ஆனால், அதே சமயம், இந்தச் சித்தரிப்புகள் அவர் வகிக்கும் இடத்தில் மாறுதல்களை உண்டாக்க மேற்கொள்ளப்படும் உத்திகள்தான். இன்று, இதழியல் வட்டாரத்தில் தொலைக்காட்சியைப் பற்றிய சண்டை பிரதானமானதாக இருக்கிறது; இதனால்தான் இந்தச் சாதனத்தை ஆய்வு செய்யும் பணி மிகவும் கடினமானதாக ஆகிவிட்டது. தொலைக்காட்சியைப் பற்றி விஷய ஞானம் உள்ளதுபோல் செய்யப்படும் சொல்லாடலின் ஒரு பகுதியே, தொலைக்காட்சி குறித்து தொலைக்காட்சியாளர்களே சொல்வதைப் பதிவுசெய்வதுதான். (ஒரு சமூகவியலாளர் என்ன சொல்கிறாரோ, அது இதழாளர்களின் கருத்துக்குக் கிட்டத்தட்ட ஒத்துப்போனால்தான் அவரை நல்ல சமூகவியலாளர் என்று அவர்கள் மனமுவந்து சொல்கிறார்கள். ஆகவே, தொலைக்காட்சியைப் பற்றி உண்மையாகப் பேச முற்பட்டால் தொலைக்காட்சியாளர்கள் இடையே பிரபலமாக இருக்க முடியாது என்பது ஒரு உண்மை நிலை—மேலும், அப்படி இருப்பது என்பதும் நல்லதுதான்.) இதைச் சொன்ன பிறகு, தொலைக்காட்சியுடன் ஒப்பிட்டுப்பார்க்கும்போது அச்சு இதழியல் துறை சிறிதுசிறிதாக பின்தங்கிவிடுவதன் அறிகுறிகள் இருப்பதும் தெரிகிறது: எல்லாப் பத்திரிகைகளிலும் தொலைக்காட்சிக்காக வெளிவரும் இணைப்பிற்கு அளிக்கப்படும் இடம் அதிகரித்துக்கொண்டே போவதும், தங்களைப் பற்றித் தொலைக்காட்சியில் பேசப்பட வேண்டும் என்பதற்கு இதழாளர்கள் அளிக்கும் தலை

யாய முக்கியத்துவமும் இதன் அறிகுறிகள். (மேலும், தொலைக் காட்சியில் தோன்றுவது அவர்களுடைய பத்திரிகையில் அவர்க ளுக்கு இருக்கும் மதிப்பு உயர்வதற்கு உதவுகிறது என்பதும் கண் கூடு. இதழாளர் ஒருவர் தனக்கென்று ஒரு அந்தஸ்தைப் பெற விரும் பினால் தொலைக்காட்சி நிகழ்ச்சி ஒன்றில் இருக்க வேண்டும்; தொலைக்காட்சி இதழாளர்கள் அச்சுப் பத்திரிகைகளில் மிக முக்கிய மான பதவிகளைப் பெறும் நிலைகூட ஏற்படுகிறது. எழுத்துத் தொழி லின் பிரத்தியேகத் தன்மை இதனால் கேள்விக்கு உரியதாக ஆகி விடுகிறது: தொலைக்காட்சியில் நிகழ்ச்சிகளைத் தொகுத்து அளிக் கும் ஒரு பெண் ஒரே நாளில் ஒரு பத்திரிகையின் இயக்குநராக ஆகி விடுவாரேயானால், இதழாளருக்கு உரித்தான பிரத்தியேகத் திறமை என்னவாக இருக்க வேண்டும் என்று வியப்படைய வேண்டியிருக் கிறது.) மேலும், அமெரிக்கர்கள் 'அஜெண்டா' என்று சொல்லும் அம் சம் (அதாவது, எதைப் பற்றிப் பேச வேண்டும், தலையங்கங்களின் கருப்பொருள் என்னவாக இருக்க வேண்டும், முக்கியமான பிரச்சி னைகள் எவை என்பது போன்றவை) வரவரத் தொலைக்காட்சி யினால்தான் வரையறுக்கப்படுகிறது. (நான் முன்பே விவரித்திருந்த படி வட்டப் பாதையில் தகவல் சுற்றி வருவதைத் தொலைக் காட்சியின் செல்வாக்கு அறுதியானதாக ஆக்கிவிடுகிறது. ஒரு விவ காரத்தை அல்லது விவாதத்தை அச்சுச் செய்தி இதழாளர்கள் அறி முகப்படுத்தினாலும், தொலைக்காட்சி அதை மீண்டும் எடுத்துக் கொண்டு, மேளதாளத்துடன் பரப்பி, அந்தக் காரணத்தினாலேயே அதை அரசியல் ரீதியில் வலுவானதாகவும் ஆக்கும்போதுதான் அந்த விவகாரத்துக்கு அல்லது விவாதத்துக்கு முக்கியமான, திட்ட வட்டமான அந்தஸ்து கிடைக்கிறது.) இதனால், அச்சுச் செய்தி இதழாளர்களுக்கு இருக்கும் இடம் ஆட்டம்கண்டுவிடுகிறது. அதே காரணத்தினால் அந்தத் தொழிலின் தனித்தன்மையும் கேள் விக்கு உரியதாகிவிடுகிறது. நான் சொல்வதெல்லாம் இன்னும் தெளி வாக்கப்பட்டு, சரிபார்க்கப்பட வேண்டும்: இப்படிச் செய்யப்பட வேண்டியது சில ஆய்வுகளின் முடிவாக மட்டுமல்ல, ஒரு இலக்கை அடைவதற்கான செயல்பாடுகளின் நிரலுமாகக்கூட அமையும். இவை மிகவும் சிக்கலான விஷயங்கள்; இவை குறித்த அறிவில் உண்மையான வளர்ச்சியைக் காண வேண்டுமென்றால் அது என்ன நடக்கிறது என்பதை மிக உன்னிப்பாகக் கவனிப்பதன் மூலமே சாத் தியம். (அறிவியல் துறையாக அறியப்படாத ஊடகவியல்'' என்ற ஒரு துறையின் காவலர்கள் என்று தங்களைத் தாங்களே சொல்லிக் கொள்பவர்கள் சிலர் இருக்கிறார்கள். எந்தவிதமான ஆய்வும் செய்

வதற்கு முன்பேயே, ஊடக உலகின் நிலையைப் பற்றி, மாற்றுக் கருத்துகளுக்கு இடமளிக்காத முடிவுகளை இவர்கள் முன்வைப் பதைத் தடுக்கமுடிவதில்லை.)[16]

ஆனால், மிக முக்கியமானது என்னவென்றால், இதழியல் களத் தில் தகவலைப் பற்றிய ஒரு குறிப்பிட்ட விதமான கண்ணோட்டம் முழுவதுமாக ஆதிக்கம் செலுத்த முற்படுவதுதான். இது போன்ற கண்ணோட்டம் இதுவரை விளையாட்டு, துணுக்குச் செய்தி போன்றவற்றுக்காக இருந்த பரபரப்புச் செய்திப் பத்திரிகைகளுக் குத் தள்ளப்பட்டு வந்திருந்தது. தொலைக்காட்சியின் அடையாளச் செல்வாக்கு—அதிலும், பரபரப்பு, பிரமிப்பு, அசாதாரணம் ஆகிய வற்றைத் தொலைக்காட்சியில் அளிக்க அனைத்தையும் துச்சமாகக் கருதும் மனோபாவத்துடன் எல்லாவற்றுடனும் ஒத்துப்போய் வெற்றி அடையப் போட்டியிடும் அலைவரிசைகளின் அடையா ளச் செல்வாக்கு—வளர்ந்து கொண்டேபோவதன் மூலம் தகவல் பற்றிய இந்தக் கண்ணோட்டத்தின் ஆதிக்கம் இதழியல் களம் முழுவதன் மீதும் அழுந்துகிறது. குறிப்பிட்ட விதமான கண்ணோட் டம் என்பது குறிப்பிட்ட வகையான இதழாளர்கள் என்றும் ஆகி விடுகிறது; அதாவது, எதையும் எளிதில் ஏற்றுக்கொள்ளும் மக்க ளின் எதிர்பார்ப்புகளுக்கு மனசாட்சியின்றி வளைந்துகொடுப்ப தில் நாட்டம் இருக்கிற காரணத்தினால் அதிக விலைகொடுத்து அமர்த்தப்பட்டிருக்கும் இதழாளர்கள். ஆகவே, இவர்கள் இன்னும் வழக்கமான ஒழுக்கநெறிகளைத் எதிர்த்துத் துச்சமாகப் பேசிக் கொண்டும், ஒழுக்க ரீதியான எல்லாவிதக் கடமைகளைப் பெரு மளவில் அலட்சியப்படுத்திக்கொண்டும் எல்லாவித அரசியல் கேள்விகளை அலட்சியப்படுத்திக்கொண்டும் இருக்கிறார்கள். தங்க ளுடைய 'மதிப்பீடுகளை', தங்களுக்குப் பிடித்தவற்றை, தங்க ளுடைய தோரணையை, பேசும் பாணியை, 'மானுட லட்சியம்' என்று தாங்கள் நினைப்பதை மற்ற இதழாளர்கள்மேல் திணிக்கி றார்கள். சந்தையில் தங்களுடைய பங்குகளுக்கான போட்டியினால் உந்தப்பட்டு, பரபரப்புப் பத்திரிகைகள் கையாண்டுவந்த பழைய தந்திரங்களையே, அதாவது, துணுக்குச் செய்திகளுக்கும் விளை யாட்டு செய்திகளுக்கும், முழு மையாக இல்லாவிட்டாலும், முதன் மையான இடம் அளிப்பதையே தொலைக்காட்சி அலைவரிசைகள் நாடுகின்றன: உலகத்தில் நடப்பது எதுவாக இருந்தாலும் சரி, இரவு 8 மணி செய்தித் தொகுப்பின் முதல் இடம் பிரெஞ்சுக் கோப்பைக் கால்பந்தாட்டப் போட்டிகளின் முடிவுக்கோ அல்லது திடீரென்று, முன்னறிவிப்பு இல்லாமல் நுழைக்கப்படும் ஏதாவது

ஒரு விளையாட்டு நிகழ்ச்சிக்கோதான். அல்லது, அரசியல் உலகத்தில் அதிக அளவு சடங்காகிவிட்ட ஒரு அம்சத்துக்கோ, முக்கியத்துவம் இல்லாத சிறுசிறு சம்பவங்கள் போன்றவற்றுக்கோ முதன்மை அளிக்கப்படுகிறது (வெளிநாட்டுத் தலைவர்களின் விஜயம், உள் நாட்டுத் தலைவர்களின் வெளிநாட்டு விஜயம், இத்யாதி...). இவற்றைத் தவிர, இயற்கைச் சீற்றங்கள், விபத்துகள், தீ விபத்துகள், மொத்தத்தில் சில்லறை ஆர்வங்களைத் தூண்டிவிடக்கூடிய நிகழ்வுகள் எல்லாமே இருக்கவே இருக்கின்றன. இவை குறித்த நிகழ்ச்சிகளை அளிக்க முன்கூட்டியே பெற்றிருக்க வேண்டிய குறிப்பிட்ட எந்த விதத் திறமையும்—முக்கியமாக அரசியல் அறிவு ரீதியிலான திறமை—அவசியம் இல்லை. துணுக்குச் செய்திகள் அரசியலுக்கு இடம் அளிக்காமல் உலக நடப்புகளின் அரசியல் பரிமாணங்களை முற்றிலும் நீக்கி, அவற்றைக் குட்டிச் சம்பவங்கள், வெட்டியான வம்புகளின் மட்டத்துக்கு இறக்கிவிடுகின்றன என்று நான் ஏற்கனவே சொல்லியிருக்கிறேன். (தேசிய அளவிலும் சரி, உலக அளவிலும் சரி, நட்சத்திரங்களின், அரச குடும்பங்களின் சொந்த வாழ்க்கை குறித்து இவை இருக்கும்.) அரசியல் முக்கியத்துவம் அற்ற நிகழ்ச்சிகளிலிருந்து 'பாடங்களைக் கற்றுக்கொள்வதற்காகவோ' அல்லது அவற்றை 'சமூகப் பிரச்சினைகளாக' மாற்றுவதற்காகவோ அவற்றை மிகைப்படுத்தி, மக்களின் கவனத்தை அவற்றின் மேல் செலுத்தி, அவற்றை அங்கேயே நிலைக்கச் செய்வதின்மூலம் இது நடக்கிறது. அதனால்தான், முக்கியத்துவம் இல்லாதவற்றிற்கும், குட்டிச் சம்பவங்களுக்கும், தற்செயலான வற்றுக்கும் ஒரு அர்த்தத்தைக் கொடுக்க வேண்டும் என்பதற்காக, தொலைக்காட்சியின் தத்துவவாதிகள் அடிக்கடி உதவிக்கு அழைக்கப்படுகிறார்கள்; பள்ளிக்கூடங்களில் இஸ்லாமிய 'ஸ்கார்ப்' அணியும் விவகாரம், ஆசிரியருடைய வன்முறைச் செயல் அல்லது 'சமூகத்தின் உண்மைச் சம்பவம்' போன்ற நிகழ்ச்சிகளை, ஒன்றுக்கும் உதவாத கோபங்களைத் தூண்டும் தோரணையிலோ ஒழுக்க நெறிகளைப் போதிக்கும் தோரணையிலோ நன்றாக அமைக்கப்பட்ட நிகழ்ச்சிகளாக மாற்றி, செயற்கையான முறையில் திரையில் முதன்மைப்படுத்துகிறார்கள். பரபரப்பையும் அதன் மூலம் வர்த்தக வெற்றியையும் நாடிச் செல்லும் போக்கு துணுக்குச் செய்திகள் இடையே தேவையான சிலவற்றை மட்டும் தேர்ந்தெடுக்கச் செய்யக்கூடும். ஜனரஞ்சகத்தின் கொச்சையான கட்டமைப்புகளுக்கு (நினைத்த மாத்திரத்திலேயோ அல்லது நன்கு யோசனை செய்த பிறகோ) ஆளாக்கப்படும் இந்தச் செய்திகள், மக்களின் அடிப்படையான உத்வேகங்களையும், வேட்கைகளையும்

தலையில் வைத்துக் கொண்டாடுவதன்மூலம் மிகப் பெரிய ஆர்வத் தைத் தூண்டக்கூடும் (குழந்தைகளைக் கடத்திச்செல்வது போன்ற விவகாரங்கள் மூலமோ அல்லது மக்களின் நியாயமான கோபத்தைத் தூண்டும் இழிவான செயல்களின் மூலமோ). இன்னும் சொல்லப் போனால், இப்படிப் பரபரப்பை நாடிச் செல்வது வெறும் உணர்ச்சி பூர்வமாகவும் நலிந்தவர்களுக்கு உதவும் வகையிலும் மக்களை ஒன்று திரட்ட முடியும். அல்லது அதே அளவுக்கு உணர்ச்சியைத் தூண்டி னாலும், கிட்டத்தட்ட அடையாளக் கட்டைப் பஞ்சாயத்தின் வன் முறையுடன் மக்களை ஒன்றுதிரட்டும் செயல்பாடுகளைப் போற்றிப் பெரும் ஆர்வத்தைத் தூண்டக்கூடும் (உதாரணமாக, குழந்தைகள் கொலை, சமூகத்தால் இழிவாகக் கருதப்படுபவர்கள் குறித்த விவ காரங்கள், இப்படி...).

ஆகவே, இன்று அச்சுச் செய்தி இதழாளர்களுக்குத் தாங்கள் எதைத் தேர்ந்தெடுக்க வேண்டும் என்ற கேள்வி எழுகிறது: இன்று ஆதிக்கம் செலுத்திக்கொண்டிருக்கும் முன்னுதாரணத்தின் பாதையிலேயே போக வேண்டுமா, அதாவது, தங்கள் பத்திரி கைகளைக் கிட்டத்தட்ட தொலைக்காட்சிப் பத்திரிகைகளாக ஆக்க வேண்டுமா? அல்லது, தங்களுக்கு இடையே உள்ள வித்தியா சத்தை இன்னும் வலியுறுத்த வேண்டுமா? அதாவது, வேறுபடுத்திக் காட்டும் யுக்தியைக் கடைப்பிடிக்க வேண்டுமா? இரண்டு விதங் களிலும் தோல்வியைச் சந்திக்கும் அபாயத்தில் இருந்தாலும், பண்பாடு என்பது இது என்ற தீவிரமான கருத்துகொண்டிருக்கும் வாசகர்களை இழக்கும் அபாயத்தில் இருந்தாலும், போட்டியில் குதிப்பதா அல்லது தங்களிடையே உள்ள வேறுபாட்டை இன் னும் வலியுறுத்திச் சொல்வதா? தொலைக்காட்சிக் களத்தின் உள் ளேயே இந்தப் பிரச்சினை நிலவுகிறது. இதழியல் களத்தினுள் அடங்கி இருக்கும் ஒரு உப களம் இது. இதுவரை நான் கவ னித்துப்பார்த்ததில், 'தொலைக்காட்சிப் பார்வையாளர் கணிப்புப் புத்திக்கு' பலியாகியிருக்கும் தொலைக்காட்சியினர் உண்மையி லேயே எந்தத் தேர்வும் செய்வதில்லை, அது குறித்து அவர்களுக் குப் பிரக்ஞையும் இருப்பதில்லை. (மிக வழக்கமாக நாம் பார்ப்பது என்னவென்றால், சமூகத்தின் முக்கியமான தேர்வுகள் குறிப்பாக எவராலுமே செய்யப்படுவதில்லை. சமூகவியலாளர் எப்போதும் ஏன் கொஞ்சம் சங்கடப்படுத்துகிறார் என்றால், பிரக்ஞைக்குள் வராமல் இருந்தால் தேவலை என்று கருதப்படும் விஷயங்களில் அவர் பிரக்ஞைகொள்ள வேண்டும் என்று அவர் கட்டாயப் படுத்துகிறார்.) பழைய பண்பாட்டுச் சாதனங்கள் புதிய சூழலுக்

குச் செல்வதற்காகத் தங்கள் தனித் தன்மையை இழப்பது பொது வான போக்கு என்றாலும், அங்கேயும் அவை தோற்றுத்தான் போகும் என்று நான் நினைக்கிறேன். அப்படித்தான், லா செத் *(La Sept)* ஆக இருந்து ஆர்த்தெ *(ARTE)* என்று மாறிவிட்ட பண் பாட்டு அலைவரிசை, சமரசம்செய்துகொள்ளாத ஒரு சிலருக்கு மட்டும்தான் புரியும் என்ற தன்மையுடைய கொள்கையிலிருந்து விலகி, வெகு வேகமாக, ஏன் வலுக்கட்டாயமாக, தொலைக்காட் சிப் பார்வையாளர் கணிப்பின் நிர்ப்பந்தங்களுடன் கிட்டத்தட்ட கேவலமான ஒரு சமரசத்தைச் செய்துகொண்டுவிட்டது. இது, 'பிர தான நேரத்தில்' எளிதான நிகழ்ச்சிகள் என்றும், பின்னிரவு நேரத் தில் ஒரு சிலருக்கு மட்டுமே புரியக்கூடிய விசேஷ நிகழ்ச்சிகள் என்றும் இன்னும் பல சமரசங்களுக்கு அந்த அலைவரிசையை இட் டுச்சென்றுவிட்டது. லெ மோந்த் பத்திரிகையும் இது போன்ற ஒரு தேர்வை எதிர்கொண்டிருக்கிறது. பகுப்பாய்வின் விரிவான அம்சங் களுக்குள் நான் இப்போது நுழையப்போவதில்லை. கண்ணுக்குத் தெரியாத அமைப்புகளின் பகுப்பாய்விலிருந்து தனிநபர்களின் அனுபவங்களுக்கு எப்படிச் செல்ல முடியும் என்று நான் நிறை யவே சொல்லியிருப்பதாக நினைக்கிறேன். கண்ணுக்குத் தெரியாத இந்த அமைப்புகள் புவியீர்ப்பு விசையைப் போன்றவை; எவ ராலும் பார்க்க முடியாவிட்டாலும், நடப்பவற்றைப் புரிந்து கொள்ள இந்த விசையைக் கருத்தில் கொள்ள வேண்டியது அவ சியம்—தனிமனிதர்கள் இடையேயான சொந்த மோதல்களின் பலப் பரீட்சைகள் இருத்தல் ரீதியிலான தேர்வுகளாக மாறிவிடுகின்றன என்றும் சொல்லியிருக்கிறேன்.

இதழியல் களத்துக்கு ஒரு விசேஷத் தன்மை உண்டு: மற்ற எல் லாப் பண்பாட்டுத் தயாரிப்புக் களங்களைவிட—கணிதவியல் களம், இலக்கியக் களம், நீதித்துறைக் களம், அறிவியல் களம், இத் யாதி...—புறச் சக்திகளை இது மிகவும் சார்ந்து இருக்கிறது. மிகவும் நேரடியாக, அதற்கென்று இருக்கும் கிராக்கியைச் சார்ந்து இருக் கிறது. அரசியல் களத்தைவிடவும் இன்னும் அதிகமாகவே இந்தக் களம் சந்தையின் அங்கீகாரத்துக்கும், மக்கள் வாக்கெடுப்பின் அங்கீ காரத்துக்கும் உட்படுத்தப்பட்டு இருக்கிறது என்று கூறலாம். எல் லாக் களங்களிலுமே காணப்படும், 'சுத்தமான' அல்லது மாறாக 'வர்த்தக ரீதியான' என்ற அடைமொழி இங்கு ஒரு விசேஷ முரட்டுத்தனத்துடன் தன்னை நுழைத்துக்கொள்கிறது. (உதாரண மாக, நாடகத்துறையில், மேலெழுந்த வாரியான நகைச்சுவை நாட கங்களுக்கும் தைரியமிக்க முன்னோடியான பரிசோதனை நாடகங்

களுக்கும் இடையே உள்ள எதிர்மறை, *TF1*க்கும் லெ மோந்த்துக்கும் இருப்பதைப் போன்ற எதிர்மறை, பண்பாடு மிக்க மக்கள் ஒருபுறம் இருக்க, பண்பாடு மிகுந்திராத மக்கள் மறுபுறமும், ஒருபுறம் மாண வர்களே அதிகமாக இருப்பதும், மறுபுறம் வணிகர்கள் அதிகமாக இருப்பதும் போன்ற எதிர்மறைகள்.) ஆக, இந்தக் களத்தில் வர்த்தகக் காந்த சக்தியின் துருவத்தின் செல்வாக்கு குறிப்பிடும்படியான வலி மையுடன் இருக்கிறது: இந்தச் செல்வாக்கு, இதுவரை கண்டிராத தீவிரத்துடன் இருப்பது மட்டும் அல்லாமல், தற்சமயம் மற்ற களங்களில் இது எப்படி இருக்கிறது என்பதை ஒரே சமயத்தில் ஒப் பிட்டுப்பார்த்தால், இதற்கு ஈடாக வேறு எதுவும் இல்லை என்பதும் தெரிகிறது. ஆனால், இதைத் தவிரவும், அறிவியல் உலகில் காணப் படுவதற்கு இணையான ஒரு நியதி இதழியல் உலகில் காணப்படுவ தில்லை. அதாவது, அறிவியல் உலகில் குறிப்பிட்ட சில தடைகளை மீறிச் செல்பவர் தன்னைத்தானே அழித்துக்கொள்கிறார் என்பதும், ஆட்டத்தின் விதிகளுக்கு இணங்கிப்போகிறவர் தன் துறையில் உள்ள மற்ற தோழர்களின் மதிப்புக்கு (அவரைக் குறிப்பிட்டுச் சொல்வதின் மூலமும், மேற்கோள் காட்டுவதன் மூலமும் தெரியவரு கிற மதிப்புக்கு) பாத்திரமாகிறார் என்பதும் துறையின் உள்ளேயே பொதிந்திருக்கும் நியதிகள். இதழியல் துறையில், ஆக்கபூர்வ மாகவோ அல்லது எதிர்மறையாகவோ, அங்கீகாரங்கள் எங்கே இருக் கின்றன? 'பொம்மலாட்டங்கள்' போன்ற எள்ளல் நிகழ்ச்சிகள் தான் விமர்சனம் என்று, அதுவும் கரு நிலையில் மட்டுமே என்று கருதக்கூடியவை. ஒரு இதழாளர் செய்ததையே மற்றொருவர் மீண் டும் எடுத்துச் செய்வதை மட்டுமே வெகுமதி என்று சொல்லலாம். அதுவும்கூட அரிதான ஒரு அறிகுறி, வெளிப்படையாகத் தெரியாத, தெளிவற்ற அறிகுறி.

தொலைக்காட்சியின் ஆதிக்கம்

இதழியல் உலகம் ஒரு களம். ஆனால், தொலைக்காட்சிப் பார்வை யாளர் கணிப்பின் வாயிலாக அது பொருளாதாரக் களத்தின் கட்டுப் பாடுகளுக்கு உட்பட்டு இருக்கிறது. புற விதிகளால் பெரிதும் பாதிக் கப்படும் இந்தக் களம், வர்த்தக நிர்ப்பந்தங்களுக்கு மிகத் தீவிர மாக உட்படுத்தப்படும் இந்தக் களம், அமைப்பு என்கிற தன் மையினால் மற்ற எல்லாக் களங்களின் மீதும் தானும் ஒருவிதக் கட்டுப்பாட்டைச் செலுத்துகிறது. கண்ணுக்குத் தெரியாத, பெய ரற்ற, யதார்த்தமான, அமைப்பு ரீதியிலான இந்தத் தன்மைக்கும்

நாம் நேரடியாகப் பார்த்துப் பொதுவாகக் கடுமையாக விமர்சிக்கும் எந்த ஒரு தனிமனிதரின் பங்குக்கும் எந்தவிதச் சம்பந்தமும் இல்லை. நிறுவனத்தின் பொறுப்பாளர்களைக் கண்டனம் செய்தால் போதும் என்று இருக்க முடியாது, இருக்கவும் கூடாது. உதாரணமாக, வியன்னாவைச் சேர்ந்த எள்ளல் வல்லுநரான கார்ல் க்ரோஸ் *(Karl Krous)*[17] இடதுசாரிப் பத்திரிகை ஒன்றின் இயக்குநராக அன்றைய நாட்களில் இருந்த ஒருவரை மிகவும் தீவிரமாகத் தாக்கிக் கொண்டிருந்தார்: பண்பாட்டை அழிக்கும் விதத்தில், அந்த இயக்குநர் நிலவிய பண்பாட்டுக்கு ஒத்தூதியதையும், இரண்டாந்தர அல்லது கேவலமான எழுத்தாளர்களை அவர் தட்டிக்கொடுத்ததையும், போருக்கு எதிரான கருத்துகளை ஆஷாடபூதித்தனமாகக் கொண்டாடுவதன் மூலம் அவற்றை இழிவுபடுத்தியதையும் கண்டனம் செய்வதிலேயே தன் நேரத்தைக் கழித்தார்... இதுபோல, பொதுவாக, விமர்சகர்கள் தனிமனிதர்களைக் குறிவைக்கிறார்கள். சமூகவியல் ஆய்வுசெய்யும்போது சில விஷயங்களைக் கற்றுக்கொள்கிறோம்: ஒவ்வொருவருக்கும், அவர் ஆணாக இருந்தாலும் சரி, பெண்ணாக இருந்தாலும் சரி, அவரவருக்கென்று பொறுப்பு இருக்கிறது. ஆனால், அவர்கள் பதவிவகிக்கும் அமைப்பும், அந்த அமைப்புக்குள் அவர்களுக்கு இருக்கும் இடமும்தான் அவர்களால் செய்ய முடிந்ததையும் முடியாததையும் பெருமளவில் வரையறுக்கின்றன. ஆகவே, குறிப்பிட்ட ஒரு இதழாளர், குறிப்பிட்ட ஒரு தத்துவவாதி அல்லது குறிப்பிட்ட ஒரு தத்துவவாதி-இதழாளர் போன்றவர்களுக்கு எதிராகச் சர்ச்சையைக் கிளப்பிவிடுவதால் மட்டும் ஒருவர் திருப்தி அடைந்துவிட முடியாது. தாங்கள் எள்ளி நகையாடுவதற்கென்றே ஒவ்வொருவரும் சிலரைக் கொண்டிருக்கிறார்கள். இதையே நானும் சில சமயங்களில் செய்திருக்கிறேன். எழுத்தாளர்-இதழாளர் அல்லது தத்துவவாதி-இதழாளருக்கு ஒருவிதக் குறியீடாக பெர்னார்-ஆன்ரி லெவி *(Bernard-Henry Lévy)*[18] ஆகிவிட்டிருக்கிறார். ஆனால், பெர்னார்-ஆன்ரி லெவியைப் பற்றிப் பேசுவது ஒரு சமூகவியலாளருக்குத் தன்னைத் தாழ்த்திக்கொள்ளும் செயல். ஒரு அமைப்புடன் சம்பந்தப்பட்ட ஒருவித உப நிகழ்வு மட்டுமேதான் அவர் என்பதைக் கவனிக்க வேண்டும். அவர், மின்னணுவைப் போல, ஒரு களத்தின் வெளிப்பாடு மட்டுமே. மின்னணுவை உருவாக்கும் களத்தை, அதற்கு அந்தச் சிறிய சக்தியை அளிக்கும் களத்தைப் புரிந்துகொள்ளவில்லை என்றால் எதுவுமே புரியாது.

பகுப்பாய்வு என்பதை மிகைப்படுத்தாமல் இருப்பதற்கும், செயல்பாட்டைத் தர்க்க ரீதியாகச் சரியாக வழிநடத்தவும் இந்தப் புரிதல்

அவசியம். ஆக, இப்போது உள்ள நிலைமையில் ஓரளவுக்கு மாறுதல்களை ஏற்படுத்த இத்தகைய பகுப்பாய்வுகள் உதவக்கூடும் என்பதில் எனக்கு நம்பிக்கை இருக்கிறது. (இத்தகைய பகுப்பாய்வுகளை நான் தொலைக்காட்சி வாயிலாகவே விவரிக்கிறேன் என்பதே அதற்குச் சான்று.) அறிவியல் துறைகள் எல்லாவற்றுக்குமே இந்தப் பாவனை உண்டு: ''அறிவியலினால் முன்யோசனையும், முன்யோசனையினால் செயல்பாடும்'', என்றார் ஓக்யுஸ்த் கோன்த் *(Auguste Comte)*[19]. மற்ற அறிவியல் துறைகளைப் போலவே சமூகவியல் துறைக்கும் இது போன்று ஆசைப்பட உரிமை இருக்கிறது. சமூகவியலாளர் இதழியல் போன்ற ஒரு வெளியைத் தன்னுடைய உத்வேகங்கள், உணர்வுகள், வேட்கைகள் ஆகியவற்றை அடிப்படையாகக் கொண்டு விவரிக்கும்போது (பகுத்தாய்வின்போது உயர்நிலைக்கு உருமாறும் உத்வேகங்கள், வேட் கைகள்), தன் முயற்சி ஓரளவுக்குத் திறம்பட அமையும் என்ற நம்பிக்கை அவருக்கு இருக்கிறது. உதாரணமாக, இயங்குமுறைகளைப் பற்றிய பிரக்ஞையை உருவாக்குவதன் மூலம் இந்த இயங்குமுறையினால் ஆட்டுவிக்கப்படுபவர்கள்—இதழாளர்களானாலும் சரி, தொலைக்காட்சிப் பார்வையாளர்களானாலும் சரி—சிறிதளவு சுதந்திரம் பெறச் சமூகவியலாளர் உதவக்கூடும். இங்கு, இடைச்செருகலாக ஒன்று சொல்ல விரும்புகிறேன். தங்களை இலக்காக்கிக் குறிவைப்பதாகச் சில இதழாளர்கள் உணரக்கூடும். நான் சொல்வதை அவர்கள் கவனமாகக் கேட்டால், நான் ஏற்கனவே குறிப்பிட்டுள்ள இயங்குமுறைகளை இதழாளர்கள் திறம்படக் கையாள்வதற்கான சுதந்திரத்தை அளிக்கும் கருவிகளை நான் அவர்களுக்குக் கொடுக்கிறேன் என்பதை அவர்கள் உணர்வார்கள். குறைந்தபட்சம் அது என் நம்பிக்கை. ஏனென்றால், அவர்கள் தெளிவற்ற முறையில் தெரிந்துவைத்துக் கொண்டிருக்கும், ஆனால் இன்னும் தெளிவாகத் தெரிந்துகொள்ள விரும்பாத விஷயங்களை நான் வெளிப்படையாகச் சொல்கிறேன். உண்மையில், இதழியல் துறையின் உள்ளேயே, ஒரு பத்திரிகைக்கும் இன்னொரு பத்திரிகைக்கும் இடையே உடன்பாடுகளை ஏற்படுத்திக்கொண்டு, அவற்றின் மூலம் போட்டியினால் தோன்றும் சில விளைவுகளைச் செயலிழக்கச்செய்ய முடியும். போட்டியின் போக்கை நிர்ணயிக்கும், அமைப்புகளினால் ஏற்படும் விளைவுகள் சில தீய விளைவுகளை ஏற்படுத்துகின்றன. போட்டி, அவசரம் என்ற நெருக்கடியை உண்டு பண்ணுகிறது. இந்த நெருக்கடி, 'ஸ்கூப்' எனப்படும் பிரத்தியேகச் செய்தியை நாடிச் செல்லும்படிச்செய்கிறது. இந்த ஸ்கூப், போட்டியை முறியடிக்க வேண்டும்

என்ற ஒரே நோக்கில், மிகவும் அபாயகரமான ஒரு தகவலை எவரும் பிரக்ஞை கொள்ளாத வகையில் வெளியிட முடியும் என்று ஆக்கிவிடுகிறது. இந்தத் தொடர் விளைவுகள் இப்படித்தான் இருக்கும் என்கிற பட்சத்தில், இந்த இயங்குமுறைகளை எல்லாருடைய கவனத்துக்கும் கொண்டுவந்து வெளிப்படையாக்குவதன் மூலம் போட்டியைச் செயலிழக்கச்செய்ய ஒரு கூட்டுறவுக்கு வழிவகுக்க முடியும். (குழந்தைகள் கடத்தல் சம்பவங்கள் போன்ற சில மிதமிஞ்சிய சூழ்நிலைகளில் தங்களுடைய அந்நிய துவேஷக் கொள்கைகளுக்காகவும், அவற்றைப் பரப்புவதன் மூலமும் பிரபலமாகிவிட்டிருக்கும் அரசியல்வாதிகளை—தொலைக்காட்சிப் பார்வையாளர் கணிப்பைக் கருதி அழைக்க வேண்டியிருந்தாலும்—தொலைக்காட்சிக்கு அழைக்க மறுப்பது என்று, சில சமயங்களில் நடப்பதைப் போல, இதழாளர்கள் தங்களுக்குள் உடன்படிக்கை செய்துகொள்வார்கள் என்று கற்பனை செய்யலாம். அல்லது கனவு காணலாம். 'மறுத்தல் அறிக்கைகள்' என்ற எல்லாப் பாசாங்குகளையும்விட இது போன்ற செயல் பயனுள்ளதாக இருக்கும்.) நான் ஒரு கனவு சார்ந்த லட்சியத்துக்குள் விழுந்துகொண்டிருக்கிறேன் என்று எனக்குத் தெரிகிறது. எந்த ஒரு நிகழ்வும் அதற்கு முன்பு நிகழ்ந்தவற்றினால் மட்டுமே பாதிக்கப்படுகிறது என்கிற கோட்பாட்டைப் பின்பற்றுபவர்கள் என்றும், எல்லா நிகழ்வுகளுமே மோசமான விளைவுகளையே உண்டாக்கும் என்று நம்புகிறவர்கள் என்றும் சமூகவியலாளர்களைப் பற்றி எப்போதும் குறைகூறப்படுகிறது. இதற்கு நான் கூறும் பதில் என்னவென்றால், ஒழுக்கக் குறைவுகளை விளைவிக்கும் அமைப்பு ரீதியிலான இயங்குமுறைகளைப் பற்றி மட்டும் எல்லாருக்கும் தெரியவருமேயானால், அவற்றைக் கட்டுப்படுத்துவதற்கான பிரக்ஞைபூர்வமான செயல்பாடுகளும் சாத்தியமாகக் கூடும் என்பதுதான். எல்லாவற்றையும் துச்சமாக மதிக்கும் போக்கு நிறைந்திருக்கும் இந்த இதழியல் உலகில் ஒழுக்க நெறிகளைப் பற்றி அதிகமாகப் பேசப்படுகிறது. ஒழுக்கநெறி, அமைப்புகளைச் சார்ந்து இருக்கும்போதுதான், ஒழுக்கநெறியில் மக்களை அக்கறைகொள்ளச் செய்யும் இயங்குமுறைகளைச் சார்ந்து அந்த அமைப்புகள் இருக்கும்போதுதான், அது பயன் தருவதாக இருக்கும் என்பதைச் சமூகவியலாளர் என்ற முறையில் நான் அறிவேன். ஒழுக்கநெறி குறித்த கவலை தோன்ற வேண்டுமென்றால், அதை எதிர்கொள்ளத் தேவையான ஆதரவுகளும், பலங்களும், அவற்றின் விளைவான பரிசுகளும் அந்த அமைப்பின் உள்ளேயே கிடைக்க வேண்டும். இந்தப் பரிசுகள் மக்களிடமிருந்தும் வரக்கூடும் (அவர்கள் நல்ல மனத்தெளிவுடனும்,

தாங்கள் ஆட்டுவிக்கப்படுவதைக் குறித்த பிரக்ஞையுடனும் இருந்தால்).

ஆகவே, பண்பாட்டுத் தயாரிப்புக் களங்கள் எல்லாமே இதழியல் களத்தின் அமைப்பு ரீதியான நிர்ப்பந்தத்துக்கு இப்போது உள்ளாகி இருக்கின்றன என்று நான் நினைக்கிறேன். குறிப்பிட்ட இதழாளருக்கோ குறிப்பிட்ட அலைவரிசை இயக்குநருக்கோ உட்பட்டு அவை இருப்பதில்லை. ஏனெனில், அவர்களே இதழியல் களத்தின் சக்திகளின் முன் செயலற்று இருக்கிறார்கள். இந்தக் களத்தின் அமைப்பு ரீதியான நிர்ப்பந்தம் எல்லாக் களங்களின் மீதும் ஒரே சமமாக, முறையான விளைவுகளை உண்டுபண்ணுகிறது. ஒரு களம் என்ற முறையில், இதழியல் களம் மற்ற களங்களின்மேல் செயல்படுகிறது. வேறு விதமாகச் சொல்வதானால், இந்தக் களமே வர்த்தக நியதிகளின் ஆதிக்கத்துக்கு உள்ளாகி இருப்பதோடு அல்லாமல், மற்ற உலகங்களின் மீது தன்னுடைய நிர்ப்பந்தங்களைத் திணிக்கவும் செய்கிறது. தொலைக்காட்சிப் பார்வையாளர் கணிப்பு நெருக்குவதால், பொருளாதாரத் தேவையின் சுமை தொலைக்காட்சியின் மீது அழுந்துகிறது. இதழியல் துறையின் மேல் தொலைக்காட்சியின் சுமை இருப்பதால், இந்தப் பொருளாதாரத் தேவையின் சுமை மற்ற பத்திரிகைகள்மீதும்—மிகவும் 'சுத்தமான' எனப்படும் பத்திரிகைகளையும் சேர்த்துத்தான்—மற்ற இதழாளர்கள் மீதும் அழுந்துகிறது. இதழாளர்களும் சிறிதுசிறிதாகத் தொலைக்காட்சியின் பிரச்சினைகள் தங்கள்மீது திணிக்கப்படும்படி விட்டுவிடுகிறார்கள். இதே போல, இதழியல் களத்தின் ஒட்டுமொத்தமான சுமையின் வாயிலாக, பொருளாதாரத் தேவையின் சுமை மற்ற எல்லாப் பண்பாட்டுத் தயாரிப்புக் களங்களின் மீதும் அழுந்துகிறது.

'சமூக அறிவியல் துறைகளில் ஆய்வு' என்ற பத்திரிகையில் இதழியல் துறைச் சிறப்பு மலராக வெளிவந்த ஒரு இதழில், ரெமி லென்வார் (Remi Lenoir)[20] ஒரு நல்ல ஆய்வுக் கட்டுரை எழுதியிருக்கிறார். நீதித்துறை உலகில், நீதித்துறைக் களத்துக்கான அளவுகோல்களின் படி மதிப்புக்கு உரியவர் என்று சொல்லப்பட முடியாத குரோதமான சில நீதிபதிகள் தொலைக்காட்சியை எப்படித் தங்களுக்குச் சாதகமாகப் பயன்படுத்திக்கொண்டிருக்கிறார்கள் என்பதைக் காட்டியிருக்கிறார். இந்த நீதிபதிகள் தங்களுடைய களத்துக்கு உள்ளே நிலவும் அதிகாரச் சக்திகளின் உறவுகளை மாற்றியும், அந்தத் துறையின் உள்ளே இருக்கும் அதிகாரப் படிகளைக் குறுக்குவழியில் கடந்து செல்லவும் தொலைக்காட்சியைப் பயன்படுத்திக்கொண்

டதை அவருடைய இந்தக் கட்டுரை எடுத்துக்காட்டுகிறது. சில சமயங்களில் இப்படிப் பயன்படுத்திக்கொள்வது மிகச் சரியான ஒரு செயலாக இருக்கலாம். ஆனால், மிகவும் சிரமப்பட்டு அடைந்த, அனைவருக்கும் பொதுவான சமூக நியாய உணர்வு என்ற நிலைக்கு ஆபத்து விளைவிப்பதாகவும் இது இருக்க முடியும்; இன்னும் சரியாகச் சொன்னால், நீதித்துறை உலகின் சுயாதிகாரத்தினால் உறுதியாகவும், திட்டவட்டமாகவும் பெறப்பட்டவற்றை இது போன்ற செயல் கேள்விக்கு உள்ளாக்குகிறது. (தோற்றங்களுக்கும், வேட்கைகளுக்கும் அடிக்கடி பலியாகிவிடுகிற நீதியின் போக்கு குறித்த உள்ளுணர்வுகளையும், நீதியைப் பற்றிய நடைமுறை அறிவையும் நீதித்துறை உலகின் சுயாதிகாரம் தனக்கே உரித்தான தர்க்க அறிவால் எதிர்கொள்கிறது.) இதழாளர்கள் தங்களுடைய கண்ணோட்டங்களை அல்லது தங்களுடைய சொந்த மதிப்பீடுகளை வெளிப்படுத்தினாலும் சரி, 'மக்களின் உணர்வுகள்' அல்லது 'மக்களின் கருத்து' ஆகியவற்றின் பிரதிநிதிகளாகத் தாங்கள் இருப்பது போல் முழுக்கமுழுக்க நல்ல எண்ணத்துடன் தாங்களாகவே நினைத்துக் கொண்டாலும் சரி, இதழாளர்கள் ஏற்படுத்தும் நெருக்கடி சில சமயங் களில் நீதிபதிகளுடைய பணியின் போக்கைத் திட்டவட்டமாக நிர்ணயிக்கிறது என்று தோன்றுகிறது. தீர்ப்பு அளிக்கும் அதிகாரம் கைமாறிவிட்டது என்றும் சிலர் சொல்லியிருக்கிறார்கள். இது போன்ற நிலையை அறிவியல் உலகில்கூடப் பார்க்க முடியும். உதாரணமாக, பாட்ரிக் ஷாம்பாய்ன் பகுப்பாய்வு செய்துள்ள 'விவகாரங்களில்' காணப்படுவதுபோல், ஜனரஞ்சக நியதி—அதாவது, தொலைக்காட்சிப் பார்வையாளர் கணிப்பின் நியதி—எப்படி சுயவிமர்சனத்துக்குப் பதிலாகச் செயல்படுகிறது என்பதைக் காணலாம்.

நான் இப்போது சொன்னவை எல்லாம் அருவமாக தோன்றலாம்; இவற்றையே இன்னும் எளிதாக மீண்டும் சொல்கிறேன். எல்லாக் களங்களிலும், பல்கலைக்கழகக் களம், வரலாற்று ஆசிரியர்கள் களம் போன்ற ஒவ்வொன்றிலும், அந்தக் களத்தின் உள்ளே இருக்கும் மதிப்பீடுகளைப் பொறுத்து ஆதிக்கம் செலுத்துபவர்களும் ஆதிக்கத்துக்கு உட்படுபவர்களும் இருக்கிறார்கள். 'நல்ல வரலாற்று ஆசிரியர்' எனப்படுபவர், நல்ல வரலாற்று ஆசிரியர்களால் நல்ல வரலாற்று ஆசிரியர் என்று சொல்லப்படுபவர். வேறு வழியின்றி இது வட்டப் பாதையில்தான் சுற்றிவரும். ஆனால், கணிதவியலாளராக இல்லாத ஒருவர் கணிதவியலாளர்களைப் பற்றித் தன்னுடைய கருத்துகளைச் சொல்வதற்குக் குறுக்கிட முடிகிற போது, வரலாற்று ஆசிரியர் என்று அங்கீகரிக்கப்படாத ஒருவர்

(உதாரணமாக, தொலைக்காட்சியின் பார்வையில் வரலாற்று ஆசிரியர்) வரலாற்று ஆசிரியர்களைப் பற்றித் தன்னுடைய கருத்துகளைச் சொல்ல முடிகிறபோது, அதுவும் இவர்கள் சொல்வதெல்லாம் மற்றவர்களால் கேட்கப்படும்போது, புறச்சக்திகளின் ஆட்சி தொடங்குகிறது. தொலைக்காட்சி அவருக்குக் கொடுக்கும் 'அதிகாரத்தினால்', திரு. Xதான் மிகச் சிறந்த பிரெஞ்சுத் தத்துவவாதி என்று திரு. கவாடா உங்களுக்குச் சொல்கிறார். இரண்டு கணிதவியலாளர்கள், இரண்டு உயிரியலாளர்கள் அல்லது இரண்டு இயற்பியலாளர்கள் இடையேயான கருத்து வேறுபாட்டை வாக்கெடுப்பு மூலமோ, அல்லது திரு. கவாடா தேர்ந்தெடுக்கும் இரண்டு கூட்டாளிகளிடையேயான விவாதம் மூலமோ தீர்க்க முடியும் என்று கற்பனைசெய்துபார்க்க முடியுமா? ஆனால், இப்போதோ, தீர்ப்புகளை வழங்குவதற்காக ஊடகங்கள் ஓயாமல் குறுக்கிட்டுக் கொண்டிருக்கின்றன. வாரப் பத்திரிகைகளுக்கு இதில் கொள்ளை ஆசை: கடந்த பத்து ஆண்டுகளின் இரு வாரங்களின், ஒரு வாரத்தின் தலைசிறந்த பத்து 'அறிவுஜீவிகளை' பட்டியல்போடுவது, கணக்கில் எடுத்துக்கொள்ளப்பட வேண்டிய 'அறிவுஜீவிகள்', முன்னேறிக் கொண்டிருப்பவர்கள், சரிந்துகொண்டிருப்பவர்கள்... இதற்கு ஏன் இப்பேர்ப்பட்ட வெற்றி? ஏனென்றால், அறிவுலக மதிப்பீடுகளின் பங்குச் சந்தையில் புகுந்து செயல்பட உதவும் கருவிகள் இவை. அறிவுஜீவிகள், அதாவது பங்குதாரர்கள் (பெரும்பாலும் இவர்கள் சிறு பங்குதாரர்கள்தான், ஆனால், இதழியல் துறையிலும், பதிப்பகத் துறையிலும் சக்தி வாய்ந்தவர்கள்...) இது போன்ற ஊடகங்களின் தீர்ப்புகளைத் தங்களின் பங்குகளின் மதிப்பை உயர்த்துவதற்காகப் பயன்படுத்திக்கொள்கிறார்கள். இது தவிர, சில விசேஷ அகராதிகள் இருக்கின்றன. அதாவது, தத்துவாதிகள் அகராதி, சமூகவியலாளர்கள் அகராதி, சமூகவியல் அகராதி, அறிவுஜீவிகள் அகராதி என்பவை போன்ற அகராதிகள். இவை எப்போதுமே அதிகாரத்தின், அங்கீகாரத்தின் கருவிகளாக இருந்துவந்திருக்கின்றன. இவை கையாளும் பொதுவான உத்திகளில் ஒன்று, உதாரணமாக, குறிப்பிட்ட சில தகுதி அளவுகோல்கள்படி அகராதியில் இடம்பெறாமல் ஒதுக்கப்படக் கூடியவர்கள் அல்லது ஒதுக்கப்பட வேண்டியவர்களை அகராதியில் சேர்த்துக்கொள்வது; அல்லது, இடம்பெறக்கூடியவர்கள் அல்லது இடம்பெற வேண்டியவர்களை ஒதுக்குவது. இன்னுமொரு உத்தி, அவர்களுடைய 'கௌரவ விருது' பட்டியல் ஒன்றில் க்லோத் லெவி-ஸ்த்ரோஸையும் *(Claude Lévi-Strauss)* பெர்னார்-ஆன்ரி லெவியையும் அடுத்தடுத்துக் குறிப்பிடுவது. அதாவது, எவராலும்

மறுக்கப்படாத ஒரு மதிப்பீட்டையும், மறுபேச்சுக்கே இடம் இல்லாமல் விவாதித்தே ஆக வேண்டிய ஒரு மதிப்பீட்டையும் மதிப்பீடுகளை நிர்ணயிக்கும் அமைப்பையே மாற்றும் முயற்சியில் அடுத்தடுத்துக் குறிப்பிடுவது. தவிர, பத்திரிகைகளும் குறுக்கிட்டுச் சில பிரச்சினைகளை எழுப்புகின்றன அறிவுஜீவிகள்-இதழாளர்கள் இந்தப் பிரச்சினைகளை எடுத்துக்கொள்கின்றனர். உதாரணமாக, இதழியல் உலகத்தில் அமைப்பு ரீதியில் அடிப்படையானதாக இருக்கும் அறிவுஜீவி-விரோத மனப்பான்மையினால் (இது ஏன் அடிப்படையானது என்பது எளிதில் புரியும்) இதழாளர்கள் அவ்வப்போது அறிவுஜீவிகளின் தவறுகளைக் குறித்துக் கேள்வி எழுப்புகிறார்கள். அல்லது, தங்களுக்காக ஒரு குறிப்பிட்ட 'தொலைக்காட்சி நேரத்தை' அமைத்துக்கொண்டு விவாதங்களைப் புகுத்துகிறார்கள்: அறிவுஜீவிகள்-இதழாளர்களை அணிதிரட்டுவதும் தொலைக்காட்சி-அறிவுஜீவிகள் ஊடகத்தில் இடம்பெற அவர்களுக்கு உதவுவதும் தவிர வேறு எந்த நியாயமும் இந்த விவாதங்களுக்கு இல்லை.

வெளியேயிருந்து வரும் இவை போன்ற குறுக்கீடுகள் மிகவும் அபாயகரமானவை. ஏனென்றால், ஒரு சராசரி மனிதனுக்கு இவை தவறான தகவல்களைத் தரக்கூடும். என்னதான் சாதாரணமாக இருந்தாலும், சராசரி மனிதனுக்கும் கொஞ்சம் செல்வாக்கு இருக்கிறது. ஏனென்றால், பண்பாட்டுத் தயாரிப்பாளர்களுக்கு அவர்களின் தயாரிப்பைக் கேட்பவர்கள், பார்ப்பவர்கள், படிப்பவர்கள் தேவைப்படுகிறார்கள். இவர்கள்தான் புத்தக விற்பனை வெற்றிக்கு உதவுகிறார்கள். விற்பனையின் மூலம் பதிப்பாளர்கள்மீதும், பதிப்பாளர்கள் மூலம் இன்னும் பல பதிப்புகளைக் கொண்டு வரும் சாத்தியக்கூறுகளின் மீதும் பாதிப்பை ஏற்படுத்துகிறார்கள். விற்பனையில் சிறந்த புத்தகங்கள் என்ற பட்டியலில் இடம்பெறுவதில் வந்து முடியும் வர்த்தக ரீதியான படைப்புகளைப் போற்றி, எழுத்தாளர்களும் இதழாளர்களும் தங்களுக்குள்ளேயே ஒருவருக்கொருவர் பிரதியுபகாரம் செய்துகொள்ளும் நியதியைச் செயல்படுத்தும் ஊடகங்களின் போக்கினால், 300 பிரதிகளை மட்டுமே வெளியிடும் இளம் எழுத்தாளர்களுக்கு—கவிஞர்கள், நாவலாசிரியர்கள், சமூகவியலாளர்கள், வரலாற்று ஆசிரியர்கள் என்று யாராக இருந்தாலும் சரி—தங்கள் படைப்புகளை வெளிக்கொண்டுவருவது என்பது நாளுக்கு நாள் சிரமமாகிக்கொண்டுவருகிறது. (வேறொரு விஷயம்: முரண்பாடு என்னவென்றால் சமூகவியல், அதுவும் குறிப்பாக, அறிவுஜீவிகளின் சமூகவியல்தான் இன்றைய பிரெஞ்சு அறிவு

ஜீவிக் களத்தில் காணப்படும் நிலவரத்துக்கு உதவியிருக்கக்கூடும் என்று நினைக்கிறேன். மேலும், இது தானாகவே நடந்திருக்கிறது: ஒன்றுக்கொன்று நேர்மாறான இரண்டு பயன்பாடுகளுக்குச் சமூக வியல் இலக்காகிறது. முதலாவது, எதையும் துச்சமாக மதிக்கும் பயன்பாடு. அதாவது, தன்னுடைய உத்திகளை இன்னும் திறம்படச் செயல்படுத்துவதற்காகத் தன்னுடைய சூழலின் விதிகள் பற்றிய அறிவைப் பயன்படுத்திக்கொள்வது. இரண்டாவது, 'கிளினிகல்' என்று சொல்லத் தகுந்த மருத்துவ சோதனை போன்ற பயன்பாடு. அதாவது, தன்னுடைய சூழலின் விதிகளுடன், போக்குகளுடன் போராடுவதற்காகவே அவற்றைப் பற்றிய அறிவைப் பயன்படுத்திக் கொள்வது. சில குறிப்பிட்ட திமிர் நிறைந்த எதிர்ப்பாளர்கள், மீறல்களின் தீர்க்கதரிசிகள், தொலைக்காட்சியின் துரித சிந்தனை யாளர்கள், இதழாளர்களாக இருக்கும் வரலாற்று ஆசிரியர்கள், விசேஷ அகராதிகளைத் தயாரித்து சமகாலத்திய சிந்தனையை ஒரு நாடாவில் அடக்கிவிடுபவர்கள், இவர்கள் எல்லாருமே சமூக வியலை வேண்டுமென்றே—அல்லது, அவர்களுக்குப் புரிந்தவரை யில்—பயன்படுத்திக்கொள்கிறார்கள். அதில் எனக்குச் சந்தேக மில்லை. இதன் மூலம். அறிவுஜீவிக் களத்தில் குறிப்பிட்ட சில தாக்குதல்களை, நிலைமையைத் தலைகீழாக மாற்றும் சில வேலை களைச் செய்கிறார்கள். காட்சி உலகின் பெரும் சிந்தனையாளராக ஆக்கப்பட்டுவிட்ட தெபோரின் *(Debord)*[21] சிந்தனையில் விமர்சனப் பார்வை என்பது, உண்மையாகவே இது போன்று சமூகவியலைத் தன்னுடைய போலித் தீவிரப் புரட்சிவாதத்துக்குச் சாட்சியமாக வும், அதே நேரத்தில் அது சாதுவாகவும் இருக்குமாறு பயன்படுத்திக் கொள்வதுதான் என்றும் சொல்லலாம்...)

துணைபோவது

ஆனால், இதழியலின் பலங்களும் ஆட்டிவைக்கும் செயல்களும் மிக நாசூக்கான முறையில் ட்ரோஜன் குதிரையின் தந்திரத்துடன் புற விதிகளுக்குக் கட்டுப்பட்டு இருக்கும் தயாரிப்பாளர்களைச் சுயாதிகாரம் பெற்றுள்ள உலகங்களில் புகுத்துகின்றன. இதனால் வெளியிலிருந்து ஆட்டுவிக்கப்படும் தயாரிப்பாளர்கள் புறச் சக்தி களின் ஆதரவுடன் தங்களுடைய சக தயாரிப்பாளர்களிடமிருந்து தாங்கள் பெற முடியாத ஒருவித அங்கீகாரத்தைப் பெறுகிறார்கள். எழுத்தாளர்களாக இல்லாதவர்கள் இடையே எழுத்தாளர்களாக வும், தத்துவவாதிகளாக இல்லாதவர்கள் இடையே தத்துவவாதிக

ளாகவும் (இது போன்று அடுக்கிக்கொண்டே போகலாம்) இருக்கும் இவர்களுக்கு ஒருவிதத் தொலைக்காட்சிப் புகழ் கிடைக்கிறது. தங்களுக்கு உரித்தான உலகில் தங்களுக்கு உரித்தானதாக இருக்க வேண்டிய செல்வாக்கு, சற்றும் பொருத்தமில்லாத அளவுக்கு இதழி யலில் இவர்களுக்குக் கிடைக்கிறது. இது ஒரு உண்மை நிலை: சில குறிப்பிட்ட துறைகளில், பிரான்ஸின் தேசிய அறிவியல் ஆய்வு மையத்தின் திட்டங்களை மேற்கொள்ளும் குழுக்களில்கூட, ஊட கங்களின் அங்கீகாரம் வரவரப் பெருமளவில் கணக்கில் எடுத்துக் கொள்ளப்படுகிறது. தொலைக்காட்சி அல்லது வானொலி நிகழ்ச்சி களின் தயாரிப்பாளர் ஒருவர் ஒரு ஆய்வாளரை நிகழ்ச்சிக்கு அழைக்கும்போது, அந்த ஆய்வாளருக்கு அவர் ஒரு தனிப்பட்ட அங்கீகாரத்தை அளிக்கிறார். இதுநாள்வரை இப்படி அழைக்கப்படு வது ஒரு சீரழிவாகவே கருதப்பட்டது. **1960**களின் இறுதியில், பல் கலைக்கழகப் பேராசிரியர் என்ற வகையில் மறுக்க முடியாத அறிவுத்திறன் பெற்றிருந்த ரேமோன் அரோன் *(Raymond Aron)*,[21] ஃபிகாரோவின் *(Figaro)* இதழாளர் என்ற முறையில் ஊடகங்க ளுடன் தொடர்புகொண்டிருந்தார் என்ற காரணத்தினால், அவ ருடைய அறிவுத்திறன் குறித்து ஆழ்ந்த சந்தேகத்துக்கு உள்ளாக் கப்பட்டிருந்தார். இன்று, வெவ்வேறு களங்களுக்கு இடையே உள்ள அதிகாரச் சக்திகளின் உறவில் மாற்றம் எப்படி இருக்கிறது என்றால், புறத்தே இருந்து வரும் மதிப்பீட்டு அளவுகோல்கள்—தொலைக்காட்சியில் பிவோவின் *(Pivot)* நிகழ்ச்சியில் தோன்றுவது, பத்திரிகைகள் மூலம் கிடைக்கும் அங்கீகாரம், வாழ்க்கைக் குறிப்பு களின் பிரசுரம்—களத்துக்கு உள்ளே இருக்கும் சகாக்களின் தீர்ப் புக்கு எதிராகத் தங்களைத் திணித்துக்கொள்கின்றன. இதற்கான உதாரணங்களைச் சிக்கல் இல்லாத அடிப்படை அறிவியல் துறை களான கணிதம், உயிரியல் போன்றவற்றிலிருந்து எடுத்துக்கொள்ள வேண்டும். (சமூகம் சார்ந்த வாழ்வியல் துறைகளின் உலகிலிருந்து உதாரணத்தை எடுத்துக்கொள்வது சிக்கலானது. ஏனென்றால், ஒவ் வொருவரும் அவரவருக்கென்று ஆதாயங்களும், அக்கறைகளும் கொண்டுள்ள சமூகத்தைப் பற்றிச் சமூகவியலாளர்கள் பேசுகி றார்கள். இதனால், சமூகவியலுக்கு எந்த விதத்திலும் சம்பந்தம் இல் லாத காரணங்களுக்காக ஒவ்வொருவருக்கும் அவரவருக்கென்று நல்ல அல்லது மோசமான சமூகவியலாளர்கள் அமைந்துவிடுகிறார் கள்.) தன்னிச்சையாகச் செயல்படுவதுபோல் தோன்றும் துறை களில் வரலாற்றிலும் மானுடவியலிலும், உயிரியலிலும் இயற்பிய லிலும், ஊடகங்களின் மத்தியஸ்தம் மேலும்மேலும் முக்கியத்துவம்

பெற்றுக்கொண்டுவருகிறது. இந்தத் துறைகளுக்கு ஒதுக்கப்படும் அரசு மானியம் இந்தத் துறையினரின் புகழைச் சார்ந்து இருக்கக்கூடும். இந்தப் புகழ் எந்த அளவுக்கு ஊடகங்களின் அங்கீகாரத்துக்கும், எந்த அளவுக்குத் தன்னுடைய சகாக்களின் மத்தியில் தனக்கு இருக்கும் மதிப்புக்கும் கடமைப்பட்டிக்கிறது என்பதைப் பற்றிச் சொல்வது கடினம். நான் மிகைப்படுத்துவதுபோலத் தோன்றலாம். ஆனால், துரதிர்ஷ்டவசமாக, மிகவும் அடிப்படை அறிவியல் உலகில் ஊடகச் சக்திகளின் அதாவது, ஊடகங்களால் பிரபலமாக்கப்பட்டுவிட்ட பொருளாதாரச் சக்திகளின், குறுக்கீட்டைப் பற்றிய உதாரணங்களை என்னால் அடுக்கிக்கொண்டே போக முடியும். ஆகவேதான், ஒருவர் தன் கருத்துகளைத் தொலைக்காட்சியில் தோன்றிச் சொல்கிறாரா இல்லையா என்பதைத் தெரிந்துகொள்வது முக்கியமாகிறது. இந்த விஷயத்தில் அறிவியல் சமுதாயம் தீவிரமாகக் கவனம்கொள்ள வேண்டும் என்று நான் விரும்புகிறேன். ஆகவே, நான் விவரித்துள்ள எல்லா இயங்குமுறைகளைப் பற்றியும் பிரக்ஞைகொள்வது சில கூட்டு முயற்சிகளுக்கு வழி வகுக்க வேண்டும் என்பது முக்கியமாகிறது. அப்போதுதான், அதிகரித்துக்கொண்டேவரும் தொலைக்காட்சியின் ஆதிக்கத்துக்கு எதிராக, அறிவியல் முன்னேற்றத்துக்குத் தேவையான சுயாதிகாரத்தைப் பாதுகாக்க முடியும்.

அறிவியல் உலகம் போன்ற உலகங்களின் மீது ஊடகங்களின் அதிகாரச் சக்தி திணிக்கப்பட முடிகிறது என்றால், அறிவியல் களத்தினுள்ளேயே இந்தத் திணிப்புக்குத் துணைபோகும் செயல்பாடுகள் இருந்தாக வேண்டும். இவற்றைப் புரிந்துகொள்ளச் சமூகவியல் உதவுகிறது. பல்கலைக்கழகப் பேராசிரியர்கள், ஒரு அறிக்கையைக் கொடுப்பதாகச் சொல்லி, அழைப்புக்காகப் பிச்சையெடுத்து, தாங்கள் மறக்கப்பட்டுவிட்டதாகச் சண்டைபோட்டு, ஊடகங்களுக்கு விரைகிறார்கள் என்பதைப் பெரும்பாலும் மிகுந்த திருப்தியுடன் இதழாளர்கள் கவனிக்கிறார்கள். இது குறித்து இதழாளர்களே கூறுவதைக் கேட்கும்போது (கொஞ்சம் பயமாகவே இருந்தாலும்), எழுத்தாளர்கள், கலைஞர்கள், அறிவாளிகளுக்கு இருக்க வேண்டிய, அவர்களுடைய துறைக்கு இருக்க வேண்டிய சுயாதிகாரத்தைப் பற்றி உண்மையாகவே சந்தேகப்படத் தோன்றுகிறது. இப்படி அவர்கள் ஊடகங்களைச் சார்ந்து இருப்பதைக் கவனத்தில் கொண்டு, அதற்கான நியாயங்களையோ, காரணங்களையோ புரிந்துகொள்ள நிச்சயமாக முயல வேண்டும். ஒருவிதத்தில் பார்த்தால், துணைபோவது யார் என்பதைப் புரிந்துகொள்ள முயல

வேண்டும். துணைபோவது என்ற சொல்லை நான் வேண்டு மென்றேதான் பயன்படுத்துகிறேன். ஜெர்மானிய ஆதிக்கத்தின் கீழ் இருந்தபோது பிரெஞ்சு இலக்கியக் களத்தைப் பற்றி ழிசேல் சாபிரோ (Giséle Sapiro) ஒரு கட்டுரை எழுதியிருக்கிறார்: 'சமூக அறிவியல் துறைகளில் ஆய்வு' என்ற பத்திரிகையில் அண்மையில் ஒரு இதழில் அதை வெளியிட்டிருக்கிறோம். இந்த அழகான ஆய் வுக் கட்டுரையின் நோக்கம், ஜெர்மானிய ஆதிக்கத்துக்கு ஒத்துழைத் தவர்கள் யார், அதை எதிர்த்தவர்கள் யார் என்று பட்டியலிட்டு, பழைய கணக்கு வழக்குகளைத் தீர்த்துக்கொள்வது அல்ல. ஒரு குறிப்பிட்ட காலகட்டத்தில், சூழ்நிலை மாற்றங்களைக் கணக்கில் கொண்டு, இரண்டு கட்சிகளில் ஒரு குறிப்பிட்ட கட்சியைச் சிலர் ஏன் தேர்ந்தெடுத்தார்கள் என்பதைப் புரிந்துகொள்வதைப் பற்றியது அந்தக் கட்டுரை. சுருக்கமாகச் சொன்னால், எவ்வளவுக்கு எவ்வளவு சிலர் தங்களுடைய சகாக்களின் மத்தியில் பிரபலமடைந்து, அத னால் தங்களுக்கான மூலதனத்தை நிறையவே பெற்றிருந்தார் களோ, அவர்களெல்லாம் அவ்வளவுக்கு அவ்வளவு எதிர்க்கத் துணிந் தார்கள்; மாறாக, தங்களுடைய இலக்கியத் தொழிலில் தங்களுடைய துறைக்கு வெளியே இருப்பவர்களை அதிகமாகவே சார்ந்து இருந் தவர்கள், அதாவது, வர்த்தக ரீதியாக ஈர்க்கப்பட்டவர்கள் (உதார ணமாக, வர்த்தக வெற்றி பெற்ற நாவல்களின் ஆசிரியர் க்லோத் ஃபாரேர் *(Claude Farrére)*. அவருக்கு இணையாக இன்னும் சிலரும் இருக்கிறார்கள்), இன்னும் அதிகமாகவே துணை போவதற்குத் தயா ராக இருந்தார்கள்.

மேலும், சுயாதிகாரத்தை எப்படிப் புரிந்துகொள்ள வேண்டும் என்று நான் இன்னும் நன்றாகவே விளக்கியாக வேண்டும். மிகுந்த சுயாதிகாரம் உள்ள களம், உதாரணமாக, கணிதவியல் களம் போன்ற ஒன்றில் ஒரு கண்டுபிடிப்பை நிகழ்த்துபவர் அல்லது கட்டுரையை எழுதுபவர், அவருக்குப் போட்டியாக அவற்றைக் கண்டுபிடித்திருக்கக் கூடியவர்களை அல்லது எழுதியிருக்கக்கூடி யவர்களை மட்டுமே தன் பணியின் பயனாளர்களாகக் கொண்டி ருப்பார். அதாவது, தயாரிப்பாளர்கள் முன்வைக்கும் கண்டு பிடிப்பை, தயாரிப்பாளர்களுக்குப் பதிலாகத் தாங்களே கண்டு பிடித்திருக்கக்கூடியவர்கள். (சமூகவியலும் அப்படி ஆக வேண்டும் என்பது என் கனவு; துரதிர்ஷ்டவசமாக, எல்லாரும் அதில் தலை யிடுகிறார்கள். சமூகவியலைப் பற்றித் தங்களுக்குத் தெரியும் என்று எல்லாரும் நினைக்கிறார்கள். திரு. பெர்ஃபித் *(Peyrefitte)* சமூகவியல் பாடங்களை எனக்குக் கற்றுக்கொடுக்க விரும்புகிறார்.

தொலைக்காட்சியில் தோன்றி அவருடன் விவாதம் செய்வதற்குச் சமூகவியலாளர்களும், வரலாற்று ஆசிரியர்களும் அவருக்குக் கிடைக்கும்போது அவர் ஏன் அப்படிச் செய்யக் கூடாது என்று கூட நீங்கள் கேட்கலாம்...). சுயாதிகாரத்தைப் பெற, சமரசம் செய்து கொள்ளாமல், சுதந்திரமாகத் தனித்து இருப்பதற்கான ஒருவித இடத்தை அமைத்துக்கொள்ள வேண்டும். அதற்குள்ளே, தன்னைத் தானே சீர்தூக்கிப் பார்த்து எடைபோட்டு, சுயவிமர்சனம் செய்து கொண்டு, ஏன் தனக்கு எதிராகவே போராடக்கூட வேண்டும். ஆனால், இவற்றை எல்லாம் தர்க்க ரீதியாக மேற்கொள்ள வேண்டும்; அறிவியல் ஆயுதங்கள், கருவிகளுடன், உத்திகளுடன், செயல் முறைகளுடன்தான் தன்னைத்தானே எதிர்கொள்ள வேண்டும். ஒரு முறை என்னுடைய சக வரலாற்று ஆசிரியருடன் வானொலியில் விவாதிக்க நேர்ந்தது. வானொலி நிகழ்ச்சியின்போது அவர் என்னிடம், "முதலாளிகளிடையே நீங்கள் செய்துள்ள உறவுகள் பற்றிய பகுப்பாய்வை நான் மறுபடியும் செய்துபார்த்தேன். (புள்ளியியல் ரீதியில் மேற்கொள்ளப்பட்ட பகுப்பாய்வு அது.) உங்களுடைய முடிவிலிருந்து என் முடிவு வேறுபட்டிருக்கிறதே" என்று சொன்னார். "ஆகா, பிரமாதம்! ஒருவழியாக, உண்மையிலேயே ஒருவர் என்னை விமர்சனம் செய்கிறார்" என்று நான் நினைத்துக்கொண்டேன். ஆனால், அவர் வேறொரு வரையறையின் அடிப்படையில் முதலாளிகளை ஆய்வுக்கு எடுத்துக்கொண்டிருக்கிறார் என்பது தெரியவந்தது. அதாவது, பகுப்பாய்வுக்கு உட்படுத்தப்பட்டவர்களில் வங்கி முதலாளிகளை விட்டுவிட்டார் என்பது தெரியவந்தது. எங்கள் முடிவுகள் ஒத்துப்போவதற்கு அவர்களையும் சேர்த்துக் கொண்டால் போதும். (இப்படிச் செய்வது, வரலாற்று ரீதியிலும், கொள்கை ரீதியிலும் முக்கியமான தேர்வுகளைக் கணக்கில் எடுத்துக்கொள்வதாகும்.) அறிவியல் ரீதியில் ஒரு உண்மையான உடன்பாடோ அல்லது உண்மையான உடன்பாடின்மையோ ஏற்படும் வகையில் ஒரு உண்மையான அறிவியல் விவாதம் அமைய வேண்டும் என்றால், உடன்பாடின்மை உள்ள இடங்களைப் பற்றியும், அவற்றைச் சரிசெய்வதற்கான வழிகளைப் பற்றியும் பெருமளவு உடன்பாடு இருக்க வேண்டும். தொலைக்காட்சி நிகழ்ச்சிகளில், வரலாற்று ஆசிரியர்கள் எல்லாச் சமயங்களிலும் ஒருவருக்கொருவர் ஒத்துப்போவதில்லை என்பதைப் பார்க்கும்போது சில சமயங்களில் ஆச்சரியமாக இருக்கிறது. தங்களுக்கு இடையே பொதுவாக எதுவும் இல்லாதவர்கள், ஒரே சமயத்தில் ஒன்றாகப் பேசிக் கொண்டிருக்கக் கூடாதவர்கள் அடிக்கடி இந்த விவாதங்களில்

பங்குகொண்டு ஒருவரையொருவர் எதிர்கொள்கிறார்கள் என்பதைப் புரிந்துகொள்ள முடியவில்லை. (இது எப்படி இருக்கிறது என்றால்—மோசமான இதழாளர்களுக்கு இதில் மிகவும் ஆசை—ஒரு வானவியலாளரையும் ஒரு ஜோதிடரையும், ஒரு வேதியலாளரையும் ஒரு ரசவாத நிபுணரையும், மதங்களிடையே ஆய்வு செய்யும் ஒரு சமூகவியலாளரையும் குறிப்பிட்ட ஒரு மதப்பிரிவின் தலைவரையும் ஒன்றாக ஜோடி சேர்ப்பதுபோல் இருக்கிறது.)

ஆகவே, ஜெர்மானிய ஆதிக்கத்தின் கீழ் பிரெஞ்சு எழுத்தாளர்களுக்கு இருந்த மாற்றுத்தேர்வுகளுடன், சடானோவ் *(Zadanov)*[23] விதி என்று நான் சொல்லும் செயல்பாடும் சேர்ந்துவிடுகிறது: எத்தனைக்கெத்தனை ஒரு பண்பாட்டுத் தயாரிப்பாளர் சுயாதிகாரம் பெற்று, குறிப்பிட்ட ஒரு மூலதனத்தின் வளத்துடன், தன்னுடைய போட்டியாளர்கள்தான் தன்னுடைய நுகர்வோர்கள் என்ற வரையறைக்குள் அடக்கப்பட்ட சந்தையில் மட்டும் கவனம் கொள்கிறாரோ, அத்தனைக்கத்தனை அவர் எதிர்ப்பதற்குத் தயாராகிறார். மாறாக, பெரிய அளவில் தயாரிக்கப்படுபவற்றின் சந்தைக்குத் தன்னுடைய சரக்குகளை எத்தனைக்கெத்தனை ஒரு பண்பாட்டுத் தயாரிப்பாளர் அனுப்புகிறாரோ (கட்டுரையாளர்கள், எழுத்தாளர்-இதழாளர்கள், ஒத்தூதும் நாவலாசிரியர்கள் போல), அத்தனைக்கத்தனை அவர் புறச் சக்திகளுடன் ஒத்துழைப்பதில் நாட்டம் கொள்கிறார். அரசு, மத நிறுவனம், அரசியல் கட்சி இவற்றுடன் இன்று, இதழியல் துறையும் தொலைக்காட்சியும் சேர்ந்துகொள்ள, இந்தப் புறச் சக்திகளின் தேவைகளுக்கும் ஆணைகளுக்கும் அடிபணிந்து போக இந்தப் பண்பாட்டுத் தயாரிப்பாளர் தயாராகிவிடுகிறார்.

நான் குறிப்பிட்ட இந்தப் பொதுவான விதி, நிகழ்காலத்துக்கும் பொருந்தும். ஊடகங்களுக்குத் துணைபோவதும், தேச விரோதிகளாக நாஜிகளுக்குத் துணைபோவதும் ஒன்றாக ஆகிவிடாது என்று ஆட்சேபிக்கப்படலாம். அது நிச்சயம்தான். பத்திரிகைகள், வானொலி, தொலைக்காட்சி ஆகியவற்றுக்கு அளிக்கப்படும் எந்த வித ஒத்துழைப்பையும் எடுத்த எடுப்பிலேயே நான் கண்டனம் செய்யவில்லை என்பது கண்கூடாகத் தெரியும். ஆனால், துணை போவது என்ற வகையில் இருக்கும் இந்த ஒத்துழைப்பின் பக்கம் சாய்வதற்கான காரணிகளின் கோணத்திலிருந்து பார்த்தால், அதாவது சுயாதிகாரம் பெற்றுள்ள களங்களின் அளவுகோல்களை அழித்துவிடும் நிர்ப்பந்தங்களுக்கு நிபந்தனையின்றி அடிபணிவது என்ற கோணத்திலிருந்து பார்த்தால், இந்த இருவகை ஒத்துழைப்

புக்கும் இடையே உள்ள ஒற்றுமை ஆச்சரியப்படவைக்கிறது. ஊடகங்களின் பிடி காரணமாக அறிவியல், அரசியல், இலக்கியக் களங்கள் ஆட்டம் கண்டுவிடுகின்றன. அதற்குக் காரணம், இந்தக் களங்களுக்குள் புறச்சக்திகளுக்குக் கட்டுப்பட்ட மனிதர்கள் இருப்பது தான். அதாவது, இந்தக் களத்துக்கே உரித்தான மதிப்பீடுகளின் கண்ணோட்டத்தில் அங்கீகாரம் பெறாதவர்கள்; அல்லது சாதாரண பாஷையில் சொன்னால், 'தோற்றுப்போனவர்கள்' அல்லது போய்க் கொண்டிருப்பவர்கள்தான் இவர்கள். வெளியிலிருந்து செயல்படும் விதிகளில் இவர்களுக்கு அக்கறை இருக்கிறது. களத்துக்கு உள்ளே இவர்களுக்குக் கிடைக்கப்பெறாத அங்கீகாரங்களை (படுவேகமாகவும், உரிய நேரத்துக்கு முன்பாகவும், முதிர்ச்சி அடைவதற்கு முன்பாகவும், எளிதில் மறைந்துவிடும் தன்மையுடன் கிடைக்கும் அங்கீகாரங்களை) களத்துக்கு வெளியிலிருந்து பெறுவதற்காகத் தேடிச் செல்வதில் இவர்கள் அக்கறைகொள்கிறார்கள். தவிர, இதழாளர்களிடையே இந்த மனிதர்கள் (சுயாதிகாரம் பெற்ற மற்ற படைப்பாளிகளைப் போல இல்லாமல்) பய உணர்வை ஏற்படுத்தாததாலும், இதழாளர்களின் தேவைகளுக்கு வளைந்துகொடுக்கத் தயாராக இருப்பதாலும் இந்த நபர்களுக்கு இதழாளர்களிடையே நல்ல மதிப்பு இருக்கிறது. புறச் சக்திகளுக்குக் கட்டுப்பட்ட அறிவுஜீவிகளுடன் போராடுவது ஏன் தவிர்க்க முடியாததாக எனக்குத் தோன்றுகிறது என்றால், இவர்கள்தான் புற விதிகளை, அதாவது வர்த்தகத்தின் விதிகளையும், பொருளாதாரத்தின் விதிகளையும் களத்தில் புகச்செய்யும் உள்கைகளாக இருக்கிறார்கள்.

நான் இப்போது அரசியலிலிருந்து ஒரு உதாரணத்துக்கு வருகிறேன்: அரசியல் களத்துக்கும் ஒருவித சுயாதிகாரம் இருக்கிறது. உதாரணமாக, நாடாளுமன்றம் என்பது ஒருவித கோதா: மாறுபட்ட அல்லது எதிரானதாகக்கூட இருக்கும் அக்கறைகளை வெளிப்படுத்தும் பிரதிநிதிகள் இடையேயான சில விவாதங்கள், குறிப்பிட்ட சில விதிமுறைகளுக்கு உட்பட்டு, பேச்சு வாயிலாகவோ வாக்கெடுப்பு வாயிலாகவோ சமரசம் செய்துவைக்கப்படும் கோதா. மற்ற களங்களில், குறிப்பாக நீதித்துறைக் களத்தில், ஏற்படுத்துவதைப் போன்ற அதே விளைவுகளைத் தொலைக்காட்சி அரசியல் களத்திலும் ஏற்படுத்துகிறது: சுயாதிகாரம் தரும் உரிமைகளுக்குச் சவால் விடுகிறது. இதை விளக்கிக்காட்ட, சிறுமி கரீனின் விவகாரம் பற்றிச் சுருக்கமாக சொல்கிறேன். 'சமூக அறிவியல் துறைகளில் ஆய்வு' பத்திரிகையின், நான் முன்னரே குறிப்பிட்ட, இதழியல் ஆதிக்கம் பற்றிய சிறப்பு மலரில் இது குறிப்பிடப்பட்டிருக்கிறது.

பிரான்ஸின் தென்பகுதியைச் சேர்ந்த சிறுமி கரீன் என்பவள் கொலைசெய்யப்பட்ட சம்பவம் அது. அந்த வட்டாரத்தின் சிறிய நாளிதழ் ஒன்று சம்பவம் பற்றிய விவகாரங்களையும், நிகழ்ந்த அநியாயத்தை எதிர்த்து அந்தச் சிறுமியின் தந்தையும் அவரது சகோதரரரும் எழுப்பிய குரல்களையும் வெளியிட்டிருந்தது. அந்தச் சகோதரர் அந்த வட்டாரத்தில் ஒரு சிறிய போராட்டத்தை நடத்தினார். மற்றொரு நாளிதழும் இந்த விவகாரத்தை எடுத்துக்கொண்டது. அதன் பிறகு, இன்னொரு நாளிதழ்... ''என்ன கொடுமை இது? பாவம், சிறு குழந்தை! மரண தண்டனையை மீண்டும் அமலுக்குக் கொண்டுவர வேண்டும்'' என்று ஊரில் பேசிக்கொண்டார்கள். உள்ளூர் அரசியல்வாதிகள் தலையிட்டார்கள். தீவிர வலதுசாரிக் கட்சியான தேசிய முன்னணிக்கு *(Front National)* நெருக்கமாக இருந்த சிலர் குறிப்பிடத்தக்க வகையில் உணர்ச்சி வசப்பட்டார்கள். சற்றே மனசாட்சியுடன் செயல்பட்ட, தூலூஸ் நகரத்தைச் சேர்ந்த இதழாளர் ஒருவர் இந்தப் போக்கைக் குறித்து எச்சரிக்க முயன்றார்: ''ஜாக்கிரதை! இங்கு நடப்பது கட்டைப் பஞ்சாயத்து. யோசித்துச் செயல்பட வேண்டும்.'' வழக்கறிஞர்கள் சங்கமும் தன் பங்குக்கு இந்த விவகாரத்தில் குதித்தது. சட்டத்தைக் கையில் எடுத்துக்கொள்ளும் போக்கைக் கண்டித்தது... நெருக்கடி அதிகரித்துக்கொண்டே போயிற்று. ஆக, கூட்டிக் கழித்து, இறுதியில், 'ஆயுள் தண்டனை'[24] என்கிற சட்டம் மீண்டும் கொண்டுவரப்பட்டது. இந்த விறுவிறுப்பான திரைப்படத்தில் மக்களை ஒன்று திரட்டும் வகையில் தகவலை அளிக்கும் கருவியாகச் செயல்படும் ஊடகங்களின் வாயிலாக எப்படி ஒருவித வக்கிரமான நேரடி ஜனநாயகம் தன்னைத்தானே நிலைநாட்டிக்கொள்கிறது என்பதைப் பார்க்கலாம். அவசரம், மக்கள் கும்பலின் ஆவேசம் (இது ஜனநாயகத் தன்மை கொண்டிருக்க வேண்டும் என்பதில்லை), கடும் நெருக்கடி ஆகியவற்றிலிருந்து எவ்வளவு தூரம் விலகி இருக்க வேண்டும் என்பதை அரசியல் களத்துக்கு ஓரளவு இருக்கும் சுயாதிகாரத்தின் நியதிகள்தான் பொதுவாகத் தீர்மானிக்கும். ஆனால், இப்படி விலகி நின்று செயல்படுவதை நேரடி ஜனநாயகம் இயலாததாக்கிவிடுகிறது. நீதித்துறை, ஏன் அரசியலும்கூட, முழுவதுமாக எந்த நியாயத்தின் அடிப்படையில் நிறுவப்பட்டிருக்கிறதோ, அதற்கு நேர்மாறாக, பழிக்குப் பழி என்ற நியாயம் மீண்டும் நிலைநிறுத்தப்படுவதைப் பார்க்கிறோம். ஆக, இதழாளர்கள் யோசிப்பதற்குத் தேவையான இடைவெளியைக் காப்பதற்குப் பதிலாக, தாங்களே தீ வைக்கும் தீயணைப்புப் படையினர் போலச்

செயல்படுவதும் நடக்கிறது. அவ்வளவாக முக்கியத்துவம் இல்லாத ஒரு செய்தியை (ஒரு பிரெஞ்சு இளைஞனை மற்றொரு பிரெஞ்சு இளைஞன், ஆனால் ஆப்பிரிக்க இனத்தவன், கொலைசெய்தான் என்பது போன்ற செய்தியை) தனிப்படுத்தி, வெளிச்சம்போட்டுக் காட்டி, அதை ஒரு பெரிய விவகாரமாக உருவாக்க இவர்கள் உதவுவார்கள். பிறகு, தாங்கள் ஏற்கனவே மூட்டிவிட்டிருந்த நெருப்பில் இப்போது வந்து எண்ணெயைக் கொட்டும் மற்றவர்களின் மீது, அதாவது எல்லாருக்கும் தெரிந்ததுபோல—தீவிர வலதுசாரிக் கட்சியான தேசிய முன்னணியினரின் மீது—குற்றம் சுமத்துவார்கள். தங்கள் பத்திரிகைகளில் முதல் பக்கத்தில் வெளியிடுவதன் மூலமும், எல்லாத் தொலைக்காட்சிச் செய்திகளின் தொடக்கத்திலும் மீண்டும்மீண்டும் சொல்வது மூலமும், இந்த விவகாரத்தை உருவாக்கிய பத்திரிகைகளே சொல்வதுபோல, ''சம்பவத்தினால் கிளறிவிடப்பட்டிருக்கும் உணர்வுகளை'', தேசிய முன்னணியினர் தங்கள் ஆதாயத்துக்காகப் பயன்படுத்திக்கொள்வதாக அல்லது பயன்படுத்திக்கொள்ள முயல்வதாக இதழாளர்கள் குற்றம் சுமத்துவார்கள்.

பிறகு, இதழாளர்களால் தூண்டிவிடப்பட்ட அரசியல் கட்சியின் தலையீட்டை, ஆட்டுவிப்பதற்காகத் தங்கள் கைவசம் இருக்கும் மிக அழகான கருவிகளை இதழாளர்கள் தொடர்ந்து யாருக்கு அளித்துக்கொண்டிருக்கிறார்களோ அந்தக் கட்சியின் நிறவெறித் தலையீட்டை, உரத்த குரலில் சாடி, அதிகாரத் தோரணையில் கண்டனம் செய்வதன் மூலம் தங்களுடைய நன்னடத்தையையும், நல்ல மனிதாபிமான உள்ளத்தையும் நிலைநாட்டிக்கொள்வார்கள்.

நுழைவுக்கான தகுதியும் மக்களைச் சென்றடைய வேண்டிய கடமையும்

குறுங்குழுவியத்துக்கும் *(esotericism)* உயர்வியத்துக்கும் *(elitism)* இடையேயான உறவுகள் பற்றி இப்போது சில வார்த்தைகள் சொல்ல விரும்புகிறேன். 19ஆம் நூற்றாண்டிலிருந்தே எல்லாச் சிந்தனையாளர்களும் தங்களுக்குள் போராடிக்கொண்டும், சில சமயம் சிக்கல்களில் மாட்டிக்கொண்டும் இருந்தது இந்த உறவுகள் குறித்த பிரச்சினையில் தான். உதாரணமாக, பாமரனுக்குப் புரிபடாத ஒரு மொழியில் சிலருக்காக மட்டும் எழுதிக்கொண்டிருந்த, தூய, குறுங்குழு எழுத்தாளரின் குறியீடான மல்லார்மே *(Mallarme)* தன்னுடைய கவிதைப் பணியில் தான் சிரமப்பட்டுப் பெற்றவை அனைத்தும் எல்லாருக்கும் போய்ச் சேர வேண்டும் என்பதைப் பற்றித்

தான் வாழ்நாள் முழுவதும் ஆழ்ந்த கவலைகொண்டிருந்தார். அவ ருடைய நாட்களில் ஊடகங்கள் இருந்திருந்தால் இப்படித்தான் சிந்தித்திருப்பார்: "தொலைக்காட்சிக்கு நான் போக வேண்டுமா? ஒருபுறம் அறிவியல் ரீதியில் அல்லது அறிவுஜீவி ரீதியிலான எல் லாவிதப் பணிகளிலும் பொதிந்து கிடக்கும் குறுங்குழுவியத்துக்கு இட்டுச் செல்லும் இந்தத் தூய்மைக்கான தேவை இருக்கிறது; மறு புறம் இந்தப் பணிகள் மூலம் பெறப்பட்டவை அனைத்தும் பெரு வாரியான மக்களுக்குப் போய்ச் சேர வேண்டும் என்ற ஜனநாயக ரீதியிலான அக்கறையும் இருக்கிறது. இவை இரண்டும் ஒத்துப் போகும்படி எப்படிச் செய்வது?" தொலைக்காட்சி இரண்டு விளைவுகளை ஏற்படுத்தியிருக்கிறது என்பதை நான் ஏற்கனவே கவ னத்துக்குக் கொண்டுவந்திருக்கிறேன். ஒருபுறம், தத்துவக் களம், நீதித்துறைக் களம் போன்ற சில களங்களில் அவற்றில் நுழைவதற் கான தகுதியைத் தொலைக்காட்சி குறைத்திருக்கிறது: சமூகவிய லாளர், எழுத்தாளர் அல்லது தத்துவவாதி என்று தங்கள் துறைக்கே உரித்தான வரையறையின்படி அந்தத் துறைக்கான நுழைவுத் தகுதி யைப் பெறுவதற்கு எதுவும் செய்யாதவர்களுக்குச் சமூகவியலாளர் என்றோ, எழுத்தாளர் என்றோ அல்லது தத்துவவாதி என்றோ அங் கீகாரம் அளிக்கத் தொலைக்காட்சியால் முடிகிறது. மறுபுறம், பெரு வாரியான மக்களைச் சென்றடையும் சாத்தியக்கூறு தொலைக் காட்சிக்கு இருக்கிறது. களத்தின் நுழைவுத் தகுதியைக் குறைப்பதற் காகப் பெரும் எண்ணிக்கையில் மக்களைச் சென்றடைய வேண் டும் என்பதைச் சாக்காக எடுத்துக்கொள்வதை என்னால் நியாயப் படுத்த முடியவில்லை. உயர்விய மனப்பான்மையுடன் நான் பேசுவ தாகவும், முற்றுகைக்கு உள்ளாகியிருக்கும் மகத்தான அறிவியல், மகத்தான பண்பாட்டின் கோட்டையை நான் பாதுகாப்பதாகவும் அல்லது அதற்குள் செல்வதற்கான அனுமதியைக்கூட நான் தடை செய்வதாகவும் ஆட்சேபம் தெரிவிக்கப்படலாம். (மக்கள் தாங்கள் சொல்வதைத்தான் கேட்கிறார்கள், தொலைக்காட்சிப் பார்வை யாளர் கணிப்பின் வாக்குகள் தங்களுக்குத்தான் அதிகமாகக் கிடைக் கின்றன என்றும், இப்படி எல்லாம் செய்யத் தங்களுக்குத்தான் தெரிந்திருக்கிறது என்ற சாக்கில், தலையைச் சுற்றவைக்கும் சம் பளங்களுடனும், வாழ்க்கை முறைகளுடனும், தாங்கள்தான் மக்க ளின் பிரதிநிதிகள் என்று சொல்லிக்கொள்பவர்களுக்கு நான் தொலைக்காட்சியில் அனுமதி மறுக்க முயல்கிறேன் என்று சொல் லப்படலாம்.) உண்மையில், மனிதகுலத்தின் மிக உன்னதமான படைப்புகளைத் தயாரிப்பதற்கும் பரப்புவதற்கும் தேவையான சூழ்

நிலைகளுக்காக நான் வாதிடுகிறேன். உயர்வியமா, ஜனரஞ்சகமா என்ற தேர்விலிருந்து தப்பிக்க வேண்டும் என்றால், தயாரிப்புக் களங்களுக்கான 'நுழைவுத் தகுதியை' பாதுகாத்து, ஏன் உயர்த்தவும் செய்வதுடன், அதே சமயம், மக்களைச் சென்றடைய வேண்டிய சூழ் நிலைகளையும், வழிகளையும் மேம்படுத்தி, "அப்படிச் சென்றடைவதற்கான கடமையையும்" உறுதிப்படுத்த வேண்டும் (நான் சற்று முன்பு சொன்னதுபோல, சமூகவியலில் இப்படி இருக்க வேண்டும் என்று விரும்புகிறேன். அதன் நுழைவுத் தகுதி மிகவும் குறைவாக இருப்பதுதான் அதனுடைய சோகங்களுக்குப் பெருமளவில் காரணம்.)

எல்லாவற்றையும் ஒரேமட்டமாக்கிவிடும் அபாயம் ஒன்று இருப்பதைக் காட்டி நாம் பயமுறுத்தப்படுகிறோம். (முற்போக்குக்கு எதிரான சிந்தனையில் அடிக்கடி காணப்படும் கருத்து இது. எடுத்துக் காட்டாக, ஹைடெக்கர் (Heidegger) சிந்தனையில் இதைக் காணலாம்.) பார்க்கப்போனால், பண்பாட்டுத் தயாரிப்புக் களங்களில் ஊடகங்களின் நிர்ப்பந்தங்கள் நுழைவதால் இப்படி நடக்கக்கூடும். தைரியமிக்க முன்னோடி பார்வையுடன் மேற்கொள்ளப்படும் எந்த ஆய்விலும் (அதன் இயல்பின்படி) பொதிந்து கிடக்கும் குறுங்குழு வியத்தைப் பாதுகாப்பது, சிலருக்கு மட்டும் போய்ச் சேருவதை எல்லாருக்கும் கிடைக்கும்படி செய்ய வேண்டியதன் அவசியம், அதைப் பொருத்தமான சூழ்நிலைகளில் செய்யத் தேவையான வழிகளைப் பெறுவதற்காக போராட்டம்—இவை எல்லாம் ஒரே சமயத்தில் செய்யப்பட வேண்டும். வேறு விதமாகச் சொன்னால், எல்லாருக்கும் பொருந்தும் விஷயங்களில் முன்னேற்றம் காண்பதற்குத் தேவையான தயாரிப்பின் சூழ்நிலைகளைப் பாதுகாக்க வேண்டும். அதே சமயத்தில், எல்லாருக்கும் பொருந்தும் விஷயங்களைத் தாங்கள் பெறுவதற்குச் செய்ய வேண்டியவற்றை இன்னும் பெருவாரியான மக்கள் செய்யும் வகையில் அவற்றை அவர்கள் அடைவதற்கான வழிமுறைகளை இன்னும் விரிவுபடுத்த வேண்டும். எத்தனைக்கெத்தனை ஒரு கருத்து—சுயாதிகாரம் பெற்றுள்ள உலகத்திலிருந்து அந்தக் கருத்து உருவாகியிருக்கிறது என்பதனால்—சிக்கலானதாக இருக்கிறதோ, அத்தனைக்கத்தனை அதை மக்களுக்கு எடுத்துச்செல்வது சிரமமாக இருக்கிறது. இந்தச் சிரமத்தை எதிர்கொள்ள வேண்டும் என்றால், தங்களுடைய சிறிய கோட்டைக்குள் அமர்ந்திருக்கும் தயாரிப்பாளர்களுக்கு அதை விட்டு வெளியே வரவும், ஒன்றாகச் சேர்ந்து போராடவும் தெரிந்திருக்க வேண்டும். தகவலைப் பரப்பச் சரியான சூழ்நிலைகளைப்

பெறவும், தகவலைப் பரப்புவதற்கான சாதனங்களைத் தங்களுக்குச் சொந்தமாக ஆக்கிக்கொள்வதற்கும் போராடத் தெரிந்திருக்க வேண்டும்; இது தவிர, தகவலைப் பெறுபவர்களிடையே தாங்கள் பெறுவதன் தரம் உயர்ந்ததாக இருக்கும் வகையில் ஒரு கல்வியை அவர்கள் பெற வேண்டும் என்ற நோக்கில், ஆசிரியர்களுடனும் தொழிற்சங்கம் போன்ற சங்கங்களுடனும் சேர்ந்து போராட இந்தத் தயாரிப்பாளர்களுக்குத் தெரிந்திருக்க வேண்டும். 19ஆம் நூற்றாண்டில், நமது குடியரசை ஸ்தாபித்தவர்கள் சொன்ன ஒரு விஷயத்தைப் பலர் இப்போது மறந்துவிட்டார்கள்: எழுதவும், படிக்கவும், ஒரு நல்ல தொழிலாளியாக இருப்பதற்குத் தேவையான அளவு கணக்குப் போடவும் தெரிந்துகொள்வது மட்டும் கல்வியின் குறிக்கோள் அல்ல; நல்ல குடிமக்களாக இருப்பதற்குத் தேவையான, தங்களுடைய உரிமைகளைப் புரிந்துகொண்டு பாதுகாக்கத் தேவையான, தங்களுடைய நலன்களைப் பேணும் சங்கங்களை உருவாக்குவதற்கான, சாதனங்களைப் பெறுவதும்தான் குறிக்கோளாக இருக்க வேண்டும். எல்லாருக்கும் பொருந்துபவற்றை அடைவதற்குத் தேவையான சூழ்நிலைகள் எல்லாருக்கும் கிடைக்கும்படி செய்வதற்காக உழைக்க வேண்டும். கூடாது

ஜனநாயகத்தின் பெயரால், தொலைக்காட்சிப் பார்வையாளர் கணிப்புக்கு எதிராக நாம் போராட முடியும்; போராட வேண்டும். தொலைக்காட்சிப் பார்வையாளர் கணிப்பின் ஆளுமைக்குச் சாதகமாக வாதிடுபவர்கள், அதைவிட ஜனநாயகமானது எதுவும் இல்லை என்று சொல்வது ஒரு பெரிய முரண்பாடாகத் தோன்றுகிறது. (பார்வையாளர் கணிப்புகளின்—அதுவும் தொலைக்காட்சிப் பார்வையாளர் கணிப்பின் தீர்ப்பைப் பொதுத் தேர்தலின் தீர்ப்புடன் ஒப்பிடும் திமிர்கொண்ட அறிவிப்பாளர்களுக்கும், விளம்பரதாரர்களுக்கும் மிகவும் பிடித்த வாதம் இது. இதைச் சில சமூகவியலாளர்களும்—குறுகிய பார்வையுள்ள கட்டுரையாளர்களைப் பற்றிச் சொல்லவே வேண்டாம்—பின்பற்றுகிறார்கள்.) எதையும் தீர்மானிக்கும், தேர்ந்தெடுக்கும் சுதந்திரத்தை மக்களுக்கு விட்டுவிட வேண்டும் என்றும் இவர்கள் சொல்கிறார்கள். ("இவை எல்லாம் கண்டனத்துக்கு உரியவை என்று உங்களைச் சொல்லவைப்பது உங்களுக்குள் இருக்கும் உயர்விய அறிவுஜீவியின் சொந்த விருப்பு-வெறுப்புகள்தான்".) தொலைக்காட்சிப் பார்வையாளர் கணிப்பு என்பது சந்தையின் அங்கீகாரம், பொருளாதாரத்தின் அங்கீகாரம். அதாவது, புறத்தே இருக்கும், முற்றிலும் வர்த்தக ரீதியிலான சட்டதிட்டங்களின் அங்கீகாரம். பண்பாட்டு விஷயங்களைப் பொறுத்தவரை,

இந்தச் சந்தையின் விற்பனைக் கருவிக்கு அடிபணிவது என்பது, அரசியலைப் பொறுத்தவரை, பார்வையாளர் கணிப்பின் போக்கில் செல்லும் ஜனரஞ்சகத்துக்கு அடிபணிவதற்கு சமம். சுதந்திரத்துடனும், விஷய ஞானம் உள்ளவர்களாகவும் கருதப்படும் நுகர்வோர்கள்மீது சந்தையின் நிர்ப்பந்தங்கள் சுமத்தப்படுவதற்குத் தொலைக்காட்சி உதவுகிறது. எல்லாவற்றையும் துச்சமாக மதிக்கும் ஜனரஞ்சகவாதிகள் நம்மை நம்பச்செய்வதுபோல் சொன்னாலும், காரண-காரிய ரீதியாக, விஷயஞானத்துடன் இருக்கும் மக்களின் அபிப்பிராயம், பொதுநலத்துக்கான நியாயம் என்ற எந்த விதமான ஜனநாயகப் பார்வையும் மேற்சொன்ன சந்தையின் நிர்ப்பந்தங்களுக்குக் கிடையாது. ஆதிக்கத்துக்கு உட்படுபவர்களின் அக்கறைகளை எடுத்துச்சொல்லும் பொறுப்பை மேற்கொண்டுள்ள விமர்சன சிந்தனையாளர்களும் சங்கங்களும், இந்தப் பிரச்சினையைப் பற்றிச் சிந்திப்பதிலிருந்து மிகவும் விலகி இருக்கிறார்கள். நான் இதுவரை விவரித்த இயங்குமுறைகளுக்கு வலுவூட்ட இந்த நிலைமைதான் அதிகமாகத் துணைபுரிகிறது. •

குறிப்புகள்

(இந்தக் குறிப்புகள் தமிழ் மொழிபெயர்ப்புக்காகத் தயாரிக்கப்பட்டவை)

1. கொலெஜ் த பிரான்ஸ் 1543ஆம் ஆண்டு, பிரான்ஸில் அப்போது சோர்போன் பல்கலைக்கழகத்தின் வாயிலாக ஆதிக்கம் செலுத்திக்கொண்டிருந்த பழைமைவாத மதிப்பீடுகளுக்கு எதிராக நிறுவப்பட்ட கல்வி நிறுவனம். இந்த நிறுவனம் பட்டங்கள் எதுவும் வழங்குவதில்லை. இதில் பணிபுரியும் பேராசிரியர்கள் தங்கள் துறைகளில் ஆய்வுகளை மேற்கொள்ளவும், அவற்றிலிருந்து கிடைக்கும் அறிவைப் பொதுமக்களுக்குக் கிடைக்கச்செய்யவும் மிக அசாதாரணமான சுதந்திரத்தை அளிக்கிறது. இந்த நிறுவனத்தில் இவ்வாறு இடம்பெற்ற அறிஞர்களில் லூயி பாஸ்டர், ஹென்ரி பெர்க்ஸன், மார்செல் மோஸ் போன்றவர்களும், மிக அண்மைக் காலத்தில் ரேமோன் அரோன், மிஷெல் ஃபூக்கோ, ரோலான் பார்த், க்லோத் லெவி-ஸ்த்ரோஸ் போன்றோரும் அடங்குவர். பியர் பூர்தியு இந்த நிறுவனத்தில் சமூகவியல் துறையில் பேராசிரியர் பதவிக்கு 1980இல் தேர்ந்தெடுக்கப்பட்டார். சமூகவியல் துறை கொலெஜ் த பிரான்ஸில் 1980இல்தான் முதன்முறையாக இடம்பெற்றது.

2. 2000ஆம் ஆண்டு இந்திய அளவில் நடத்தப்பட்ட கணிப்பின்படி தமிழ்நாட்டில் 15 வயதுக்கு மேற்பட்டவர்களில் (மொத்த எண்ணிக்கை 4.55 கோடி) 69 சதவீதத்தினர் எந்த நாளேட்டையும் படிப்பதில்லை. (ஆதாரம்: *National Readership Studies Council* சார்பில் நடத்தப்பட்ட *National Readership Survey.)*

3. பிரான்ஸின் பழைய காலனிகளான ஆப்பிரிக்க, அரேபிய நாடுகளிலிருந்து, பிரெஞ்சுக் குடியுரிமை பெற்று, பாரிஸ் நகரத்தில் வேலைபார்க்கும் பலரும் பெரும்பாலும் வசிப்பது பாரிஸின் புறநகர்ப் பகுதிகளில்தான். இன, மதப் பிரச்சினைகளினால் அடிக்கடி இங்கு கலவரங்கள் நடப்பது சகஜம்.

4. கடந்த சில ஆண்டுகளாக பிரான்ஸில் நிலவிவரும் முக்கியமான அரசியல் பிரச்சினை இது. பிரெஞ்சுக் குடியுரிமை பெற்ற இஸ்

லாமிய அல்லது யூத மதத்தைச் சேர்ந்த பள்ளிச் சிறுவர்கள் அவர்களுடைய மதங்களைக் குறிக்கும் அடையாளச் சின்னங்களை (முஸ்லிம் பெண்கள் கூந்தலை மறைத்தவாறு கழுத்துடன் சேர்த்துக் கட்டிக்கொள்ளும் 'ஸ்கார்ஃப்' என்னும் துணி, யூதச் சிறுவர்கள் தலையில் போட்டுக்கொள்ளும் இறுக்கமான 'கலோட்' எனும் குல்லா போன்றவை.) பள்ளிக்கு வரும்போது வெளிப்படையாக அணியலாமா, கூடாதா என்பதே அந்தப் பிரச்சினை. பிரான்ஸின் அரசுக் கல்விக்கூடங்கள் மதச்சார்பற்றவை என்ற கட்டுப்பாடு 19ஆம் நூற்றாண்டின் இறுதியிலிருந்தே இருக்கிறது. 2003 டிசம்பர் மாதம் மத அடையாளச் சின்னங்களை வெளிப்படையாக அணிவதைத் தடைசெய்யும் சட்டத்தைக் கொண்டுவர இருப்பதாக அந்த நாட்டின் அதிபர் ழாக் ஷிராக் (Jacques Chirac) தொலைக்காட்சியில் அறிவித்தார். இதற்கு, எல்லா மத நிறுவனங்களும் எதிர்ப்புத் தெரிவிக்கின்றன.

5. பிரெஞ்சுப் பள்ளிகளில் நுழைவுத் தேர்வு முறையை மாற்றியும், கல்விக்கட்டணத்தை உயர்த்தியும், பள்ளிகளுக்கு அதிக சுயாட்சி வழங்கியும் அரசு கொண்டுவந்த சட்டத்தை எதிர்த்து 1986இல் பள்ளி மாணவர்கள் வேலைநிறுத்தம் செய்து போராடினார்கள். மக்களின் பெரும் ஆதரவும் இதற்குக் கிடைத்தது. அரசு இந்தத் திட்டத்தைக் கைவிட்டது.

6 1968 மே மாதம். பிரான்ஸ் நாட்டில் கிட்டத்தட்ட நாடு தழுவிய புரட்சியே ஏற்பட்டது. தெ கோல் (De Gaulle) அரசுக்கு எதிராக பாரிஸ் பல்கலைக்கழகங்களில் தொடங்கி விரைவில் நாடு முழுவதும் பரவிய இந்தப் போராட்டத்தில் ழான்-போல் சார்த்ர் உள்பட பல அறிவுஜீவிகளும் கலந்துகொண்டனர். இதைத் தொடர்ந்து நாட்டில் பல அரசியல், சமூக மாற்றங்கள் ஏற்பட்டதால் வரலாற்றில் மே 1968 ஒரு முக்கியமான தேதியாகிவிட்டது.

7. இந்த மூன்று நாளேடுகளும் நடுநிலை, வலதுசாரி, இடதுசாரி நாளேடுகள் என்று கருதப்படுகின்றன.

8. ஒவ்வொரு நாளும் வெளியாகும் அனைத்துப் பத்திரிகைகளிலிருந்தும் முக்கியமான செய்திகளைத் திரட்டிச் சுருக்கமாக அளிக்கும் தொகுப்பு.

9. லெ கனார் ஆன்ஷெனெ: எள்ளல் அம்சம் நிறைந்த பிரபல பிரெஞ்சு வாரப் பத்திரிகை 1916இல் நிறுவப்பட்டது. ராணுவ, மத ஆளு

மைகளை எதிர்க்கும், கிட்டத்தட்ட வணங்காமுடித்தனமான இந்தப் பத்திரிகை அரசியல், பொருளாதார, கலை உலக நிகழ்வுகளை விமர்சிக்கிறது. (விற்பனை: **6** லட்சம்).

லெ மோந்த் திப்லோமாத்திக்: பிரான்ஸின் மிக முக்கியமான நாளேடான லெ மோந்தின் மாத இதழ். சர்வதேசப் பார்வை யுடைய இந்த இதழில் பியர் பூர்தியு அடிக்கடி எழுதியிருக்கிறார்.

10. மனித வாழ்க்கை பற்றிய எளிமையான நடையில் எழுதப்பட்ட இந்த நார்வீஜிய நாவலின் (**1991**) பிரதான கற்பனைப் பாத்திரம் சோஃபி *(Sophie)*. தத்துவம் என்பதற்கான பிரெஞ்சுச் சொல் ஃபிலோசோஃபி *(philosophie)*யுடன் இதற்கு இருக்கும் ஓசை ஒற்றுமையினால் இன்னொரு தளத்தில் வெளிப்படும் நகைச் சுவை நயம் மொழிபெயர்ப்பில் மறைந்துவிடுகிறது.

11. இது போன்று, முன்கூட்டியே உடன்படிக்கை செய்துகொண்டு, எதிரிகள்போல் சின்னத்திரையில் தோன்றும் கூட்டாளிகள் எல்லா நாடுகளிலும் உண்டு. இந்தியாவும் அதற்கு விதிவிலக்கல்ல.

12. நவம்பர் **1995**இல் பாரிஸில் அரசு போக்குவரத்து ஊழியர்கள் வேலைநிறுத்தம் செய்தனர். இது மிகப் பெரிய அளவில் பாரி ஸின் இயல்பு வாழ்க்கையைப் பாதித்து நாடு முழுவதும் எதி ரொலித்தது.

13. **1789**இல் பிரெஞ்சுப் புரட்சிக்குப் பின்னர் மத குருக்களின் சொத்துகள் அரசுடைமையாக்கப்பட்டன.

14. 'டெலிதான்' என்பது ஆண்டுக்கு ஒரு முறை பிரெஞ்சுத் தொலைக் காட்சியில் நடைபெறும் ஜனரஞ்சகமான நிகழ்ச்சி. இதன் மூலம் திரட்டப்படும் நிதி மனுதாபிமான நோக்கங்களுக்காகப் பயன் படுத்தப்படுகிறது.

15. பிரெஞ்சுப் பத்திரிகைகள் அண்மைக் காலம்வரை வாசகர் கடி தங்களுக்கு முக்கியத்துவம் அளிக்கவில்லை.

16. இங்கு குறிப்பிடப்படுவது, பிரான்ஸின் அரசியல் கோட்பாட்டு எழுத்தாளரான ரெழிஸ் தெப்ரே *(Régis Debray)* என்பவரைப் பற்றி. சே குவாராவின் நண்பரான இவர் தென் அமெரிக்க கொரில்லா போரில் பங்கு கொண்டு பிறகு சிறையில் அடைக்கப் பட்டார். விடுதலையான பிறகு, முன்னாள் பிரெஞ்சு அதிபர் ஃபிரான்ஸ்வா மித்தரானுக்கு நெருங்கியவர்களில் ஒருவராக

இருந்தார். இவர் ஸ்தாபித்த 'ஊடகவிய'லின் குறிக்கோள்: ''பண் பாட்டு வெளிப்பாடுகளின் மர்மங்களையும் முரண்பாடுகளை யும் விளக்குவது.''

17. ஆஸ்திரியாவைச் சேர்ந்த எழுத்தாளர் (1874-1936). எள்ளல் நடை விமர்சகர். அவருடைய நாட்டின் சமூக, அரசியல், பண் பாட்டு வாழ்க்கையை ஈவு இரக்கமின்றி மதிப்பீடு செய்தவர்.

18. 1948இல் பிறந்த இந்த பிரெஞ்சு எழுத்தாளர், ஊடகங்களில் அடிக்கடி தோன்றும் வழக்கம் கொண்டவர். தத்துவப் பாடத் தில் மேற்படிப்பு படித்த இவர், எழுத்தாளர், இதழாளர், திரைப் பட தயாரிப்பாளர், பத்திரிகை ஆசிரியர் என்று பல பரி மாணங்களைக் கொண்டவர்.

19. பிரெஞ்சு தத்துவவாதி (1798-1857). 'பாஸிடிவிஸம்' என்ற கோட்பாட்டை அறிமுகப்படுத்தியவர். உண்மை நிகழ்வுகளும், அறிவியல் ரீதியிலான சோதனைகள் மட்டுமே அறிவின் அடிப் படையாக இருக்க வேண்டும் என்பது இவர் முன்வைத்த கோட் பாடு. பிரெஞ்சு சமூகவியல் சிந்தனையின் தந்தை என்று கருதப் படுபவர்.

20. பிரெஞ்சு சமூவியலாளர். பிரான்ஸின் கல்வி, பண்பாடு சார்ந்த சமூகவியல் மையத்தின் இயக்குநர்.

21. பத்திரிகை கட்டுரையாளர், திரைப்படத் தயாரிப்பாளர் (1931-1994). யதார்த்தத்தைவிடக் காட்சிச் சித்தரிப்புகள் முக்கியத் துவம் பெறும் சமூக மனப்போக்கை இவருடைய பகுத்தாய்வு கள் கடுமையாக விமர்சிக்கின்றன.

22. பிரெஞ்சு இதழாளர், எழுத்தாளர் (1935-). 1975முதல் 1990 வரை, புத்தகங்களை அறிமுகம் செய்துவைத்து விவாதிக்கும் மிகப் பிரபலமான நிகழ்ச்சியை தொலைக்காட்சியில் அளித்தார்.

23. ரஷியாவில் ஸ்டாலினுக்கு மிக நெருக்கமாக இருந்த அரசியல் வாதி (1890-1948). ஸ்டாலினுடைய அரசியல் கொள்கைப் பரப்புப் பொறுப்பில் இருந்தவர். கலை, இலக்கியத் துறைகளில் ஸ்டாலினின் அறிவுரை பேரில் மிகக் கறாரான சோசலிச யதார்த்தத்தை வற்புறுத்தியவர்.

24. அதாவது, ஆயுள் தண்டனை என்பது சாகும்வரை சிறைவாசம்.

பூர்தியுவின் சில முக்கியமான நூல்கள்

1. *The Algerians*, Boston, Beacon Press, 1958.

2. *Outline of a Theory of Practice*, Cambridge, Cambridge University Press, 1977.

3. *Distinction. A Social Critique of the Judgement of Taste*, Cambridge, Harvard University Press, 1984.

4. *The Logic of Practice*, Cambridge, Polity Press, 1990.

5. *In Other Words. Essays Towards a Reflexive Sociology*, Cambridge, Polity Press, 1990.

6. *Language and Symbolic Power*, Cambridge, Cambridge Polity Press, 1991.

7. *Sociology in Question*, London, Sage Publication, 1991.

8. *State Nobility. Elite Schools in the Field of Power*, Cambridge, Polity Press, 1996.

   _____ Stanford, Stanford University Press, 1996.

9. *Acts of Resistance, Against the New Myths of Our Times*, Cambridge, Polity Press, 1998.

10. *Masculine Domination*, Cambridge, Polity Press, 1998.

    _____ Stanford, Stanford University Press, 1998.

11. *The Weight of the Word. Social Suffering in Contemporary Society*, Cambridge, Polity Press, 1999.

க்ரியாவின் பிற மொழிபெயர்ப்புகள்

அந்நியன்
(நாவல்)
ஆல்பெர் காம்யு
(பிரெஞ்சு மொழியிலிருந்து தமிழில்: வெ. ஸ்ரீராம்)
பக்கங்கள் 148 • விலை: ரூ. 175

இருபதாம் நூற்றாண்டின் மிக முக்கியமான படைப்புகளில் ஒன்றான 'அந்நியன்' 1942இல் வெளிவந்தது. வெளியான 70 ஆண்டுகளில் இந்த நாவலின் பிரெஞ்சு மொழிப் பதிப்பு மட்டும் ஒரு கோடி பிரதிகளுக்கு மேல் விற்றிருக்கிறது. கிட்டத்தட்ட எல்லா முக்கிய மொழிகளிலும் உலகெங்கும் இது மொழிபெயர்க்கப்பட்டிருக்கிறது. இந்தத் தமிழ் மொழி பெயர்ப்பு பிரெஞ்சு மொழியிலிருந்து நேரடியாகச் செய்யப்பட்டிருக்கிறது.

இன்றைய மனிதனின் மனசாட்சி குறித்த பிரச்சினைகளைத் தெளிவான நேர்மையுடன் தன் இலக்கியப் படைப்புகளில் விளக்கியிருப்பதற்காக ஆல்பெர் காம்யுவுக்கு 1957ஆம் ஆண்டு நோபல் பரிசு அளிக்கப்பட்டது.

* * *

குட்டி இளவரசன்
(நெடுங்கதை)
அந்த்வான் து செந்த்-எக்சுபெரி
(பிரெஞ்சு மொழியிலிருந்து தமிழில்: வெ. ஸ்ரீராம், ச. மதனகல்யாணி)
பக்கங்கள் 118 • விலை: ரூ. 110

குழந்தைகள்முதல் பெரியவர்கள்வரை எல்லோரும் விரும்பிப் படிக்கும் 'குட்டி இளவரசன்' ஏறக்குறைய 200 மொழிகளில் மொழிபெயர்க்கப்பட்டு, கிட்டத்தட்ட பத்து கோடி பிரதிகள் விற்பனையாகியிருக்கிறது.

நூலிலிருந்து:

"பெரியவர்கள் ஒருபோதும் எதையும் தாங்களாகவே புரிந்துகொள்வ தில்லை. எப்போதும் ஓயாமல் அவர்களுக்கு விளக்கங்களைத் தருவது குழந்தைகளுக்குச் சலிப்பாக இருக்கிறது."

"இதயத்துக்குத்தான் பார்வை உண்டு. முக்கியமானது கண்களுக்குத் தென் படாது."

முதல் மனிதன்
(நாவல்)

ஆல்பெர் காம்யு

(பிரெஞ்சு மொழியிலிருந்து தமிழில்: வெ. ஸ்ரீராம்)
பக்கங்கள் 280 • விலை: ரூ. 270

"நேசிக்காமல் இருப்பதென்பது ஒரு துரதிர்ஷ்டம். இன்று நாம் எல்லோரும் இந்தத் துரதிர்ஷ்டத்துக்கு இரையாகிக்கொண்டிருக்கிறோம்."
— ஆல்பெர் காம்யு

1957இல் நோபெல் பரிசு பெற்ற ஆல்பெர் காம்யு, 1960ஆம் ஆண்டு ஒரு கார் விபத்தில் உயிரிழந்தபோது அவர் கைப்பையில் வைத்திருந்த முடிக்கப்பெறாத நாவல்தான் 'முதல் மனிதன்'. ஆனால், நிறைவுபெற்றதாகக் கருதப்படக்கூடிய முதல் மனிதன் 1994இல் வெளியான முதல் வாரத்திலேயே 50,000 பிரதிகளுக்கு மேல் விற்பனையாயிற்று. இந்த நாவல் முப்பது உலக மொழிகளில் மொழிபெயர்க்கப்பட்டிருக்கிறது.

* * *

மீள முடியுமா?
(நாடகம்)

ழான்-போல் சார்த்ர்

(பிரெஞ்சு மொழியிலிருந்து தமிழில்: வெ.ஸ்ரீராம்)
பக்கங்கள் 96 • விலை: ரூ. 85

மற்றவர்களாலும் போலி மனசாட்சியாலும் தங்களுடைய சுதந்திரம் பாதிக்கப்பட்ட நிலையில் மனிதர்களின் இருத்தல் எந்த அளவுக்கு அர்த்தமற்றுப்போய்விடுகிறது என்பதைச் சித்தரிக்கும் சார்த்ரின் இந்த நாடகம், மனிதனின் நிலையில் காணப்படும் அவலத்தைக் காட்டும் ஒரு துன்பியல் நாடகமாகப் படைக்கப்பட்டிருக்கிறது. ஆங்காங்கே மிளிரும் ஒரு விதக் குரூரமான நகைச்சுவையுடனும் அபாரமான மனத்தெளிவுடனும் சார்த்ர், மனசாட்சியைத் தட்டி எழுப்புகிறார். மிகவும் சர்ச்சைக்குள்ளானதும் தவறாகப் புரிந்துகொள்ளப்பட்டதுமான 'நரகம் என்பது மற்றவர்கள்தான்' என்ற வாக்கியம் இந்த நாடகத்தில்தான் இடம்பெற்றிருக்கிறது.

* * *

சொற்கள்
(கவிதைகள்)

ழாக் ப்ரெவெர்

(பிரெஞ்சு மொழியிலிருந்து தமிழில்: வெ. ஸ்ரீராம்)

பக்கங்கள் 116 • விலை: ரூ. 110

"மக்களையும் கவிதையையும் ஒன்றுசேர்க்க என்னதான் முயற்சிகள் மேற் கொள்ளப்பட்டாலும், கவிதையும் மக்களும் என்றும் இல்லாத அளவுக்கு இவ்வளவு விலகியிருக்கும் இந்தக் காலகட்டத்தில், மக்கள் கவிதைக்கென்று இருக்கும் ஒரே ஒரு பொருத்தமான எடுத்துக்காட்டு ப்ரெவெரின் படைப்புகள்தான்."

* * *

சின்னச் சின்ன வாக்கியங்கள்
(நாவல்)

பியரெத் ஃப்லுசியோ

(பிரெஞ்சு மொழியிலிருந்து நேரடி மொழிபெயர்ப்பு: வெ. ஸ்ரீராம்)

192 பக்கங்கள் • விலை: ரூ. 190

"இன்று நாம் வாழ்ந்துகொண்டிருக்கும் நவீன நுகர்வோர் சமூகத்தில், மிக வும் நீண்டதாக இல்லாமல் ஆனால் பிரமாதமாக எழுதப்பட்டிருக்கும் 'சின்னச் சின்ன வாக்கியங்கள்' என்ற பியரெத் ஃப்லுசியோவின் நாவல் பிரெஞ்சு இலக்கிய உலகின் பாரம்பரிய அம்சமான மனித நேயத்தை நாம் நெகிழ்வுறும் வகையில் நினைவூட்டுகிறது. இரண்டு தலைமுறைகளைச் சேர்ந்த இரண்டு பெண்களுக்கிடையிலான (தாய்-மகள்) இந்தக் கதையில், நம் ஒவ்வொருவரின் சொந்த வாழ்க்கைப் பிரச்சினைகளையும் நம்மால் இனம்கண்டுகொள்ள முடியும்."

ஃபாரன்ஹீட் 451
(நாடகம்)

ரே பிராட்பரி

(ஆங்கிலத்திலிருந்து தமிழில்: வெ. ஸ்ரீராம்)
பக்கங்கள் 200 • விலை: ரூ. 180

புத்தகங்களைத் தடைசெய்யும் நாட்டில் மதங்களின் குறைகளைக் காட்டும் புத்தகங்களைத் தடை செய்யும் இன்றைய அரசியல் சூழ்நிலையில், சாதிகளைப் பற்றி எழுப்பப்பட்டிருக்கும் கட்டுமானங்களைக் கேலிசெய்யும் திரைப்படங்களை முடக்கும் இன்றைய சமூகச் சூழ்நிலையில், புத்தகங்களையும் படங்களையும் எரிக்க வேண்டும் என்னும் ஒரு ஆணை சரியானதாகவே தோன்றும். புதுமைப்பித்தனின் சில கதைகளை மாணவர்களிடமிருந்து மறைப்பது நியாயமாகத் தோன்றும். இந்த மாதிரியான சமாதானங்கள் சமூகத்தை எங்கு கொண்டுபோய்விடும் என்பதை இந்த நாவல் சுட்டுகிறது. அரசின் தடைக்கு-உருவமாக, எரிப்புக்கு-சமூகத்தின் பகுதியினர் தங்களுக்கு விருப்பம் இல்லாத எழுத்துகள் தங்கள் உணர்வுகளைக் காயப்படுத்துகின்றன என்று கொதிப்பது ஒரு காரணம் என்பது கேப்டன் பியாட்டின் வாய்வழியே நாவலில் ஒரு இடத்தில் சொல்லப்படுகிறது. இந்தியர்கள் அடிக்கடி எதிர்கொள்ளும் ஒரு யதார்த்தம் இது.

* * * * *

க்ரியாவின் வெளியீடுகளைப் பெறுவதற்கு

* அலுவலக நேரங்களில் (9 a.m. to 5 p.m.) எங்களுடைய தொலைபேசி எண்கள் 72999 05950, 95516 61806 / 044 - 4202 0283 ஆகியவற்றுக்குத் தொடர்புகொண்டு புத்தகங்கள் வாங்கலாம்.

* க்ரியாவின் இணையதளத்திலிருந்து (www.crea.in) நேரடியாகப் புத்தகங்களை வாங்கலாம்.

* சில நிர்வாகக் காரணங்களை முன்னிட்டு க்ரியா தன்னுடைய புத்தகங்களை வி.பி.பியின் மூலம் அனுப்புவதில்லை. ஆகையால் நீங்கள் பணவிடை (M.O.) அல்லது வரைவோலை (DD) அனுப்பிப் புத்தகங்களைப் பெறலாம்.

* க்ரியாவின் வங்கிக் கணக்கில் நேரடியாகப் பணம் செலுத்தி எங்களுக்குத் தகவல் தெரிவித்தால் புத்தகங்கள் உடனே அனுப்பப்படும். எங்கள் வங்கிக் கணக்கின் விவரங்கள்:

Indian Bank, L.B. Road Branch, Cre-A: Publishers,
A/c No. 768660941   IFSC: IDIB 000 L006